'TEN MUCH' हे काही सुप्रसिद्ध व काही अगदी अपरिचित व्यक्तींच्या यशोगाथांचे संकलन आहे. या व्यक्तींनी काही मूलभूत सूत्र अनुसरून अत्यंतिक प्रतिकूलतेवर मात केली आणि यश खेचून आणलं. अशा विलक्षण व्यक्तींमुळेच भारताची यशोगाथा रचली गेली आहे. आपली ओळख, आपली पार्श्वभूमी काहीही असली तरी या व्यक्तींनी अत्यंत खडतर परिस्थितीवर विजय मिळवनू, भारत ही प्रचंड संधींची भूमी असल्याचं सिद्ध केलं आहे. ही अशी भूमी आहे, जिथं तुम्ही भव्य स्वप्न पाहू शकता आणि उत्तुंग यशही मिळवू शकता. मात्र त्यासाठी तुमच्याकडे फक्त स्वप्नं असून चालणार नाही तर यशाच्या शिखराकडे जाण्यासाठी नकाशाही आखलेला हवा... आणि काही सूत्रांचा संचही हवा.

या सर्व यशस्वी व्यक्तींच्या बाबतीतली अशी दहा समान सूत्रं लेखकाने शोधली आहेत — ज्या दहा विभिन्न सूत्रांमुळे या सामान्य व्यक्ती असामान्य यशाप्रत जाऊन पोहोचल्या. या पुस्तकात लेखकाने अशा ५० व्यक्तींच्या कथा एकत्र गुंफल्या आहेत — त्यापैकी बहुतेक्षा भारतीय आहेत तर काही अंतरराष्ट्रीय स्थळावरच्या व्यक्तीही आहेत. या सगळ्या व्यक्तींनी आपली स्वप्नं साकार केली आहेत आणि त्यायोगे हे जग अधिक चांगलं बनवलं आहे.

— टाईम्स ऑफ इंडिया

असामान्य यशप्राप्तीसाठी दहा सामान्य सूत्रे

'टेन मच' या इंग्रजी पुस्तकाचा मराठी अनुवाद

मूळ लेखक
ए.जी. कृष्णमूर्ती

अनुवाद
सुप्रिया वकील

मेहता पब्लिशिंग हाऊस

◆ *या पुस्तकातील लेखकाची मते, घटना, वर्णने ही त्या लेखकाची असून त्याच्याशी प्रकाशक सहमत असतीलच असे नाही.*

TEN MUCH by A. G. KRISHNAMURTHY
Published by Tata McGraw Hill Education Private Limited, New Delhi
© by A. G. Krishnamurthy
Translated in Marathi Language by Supriya Vakil

असामान्य यशप्राप्तीसाठी दहा सामान्य सूत्रे / मार्गदर्शनपर

अनुवाद   : सुप्रिया वकील
           १०२, यशोवर्धन अपार्टमेंट्स,६५३ ई-शाहुपुरी तिसरी गल्ली,
           कोल्हापूर – ४१६००१ ✆ : ०२३१-२६५८२८५.
             Email : supriyawakil@gmail.com

मराठी अनुवादाचे व प्रकाशनाचे हक्क मेहता पब्लिशिंग हाऊस, पुणे.

प्रकाशक   : सुनील अनिल मेहता, मेहता पब्लिशिंग हाऊस,
           १९४१, सदाशिव पेठ, माडीवाले कॉलनी, पुणे – ३०.

मुखपृष्ठ   : फाल्गुन ग्राफिक्स
प्रथमावृत्ती : जानेवारी, २०१२ / जून, २०१२ /
           पुनर्मुद्रण : सप्टेंबर, २०१५

ISBN For Printed Book 9788184983227
ISBN For E-Book 9788184988475

स्वप्ने पाहणाऱ्या सर्वांना....

चला... तुमचं स्वप्न जगा

'अत्यंत महत्त्वाची सत्यं अतिशय साधीही असतात,
तशाच महान व्यक्तीही!'

- ऑगस्टस विल्यम हेअर व ज्युलिअस चार्ल्स हेअर,
या दोन बंधूंकडून (Guesses at Truth) १८२७

सात

परिचय

नशीबवान माणूस– मी प्राथमिक शाळेत होतो तेव्हा मला रेडिओ ऐकत आरामखुर्चीत विसावलेल्या एका वयस्क माणसाचा हेवा वाटायचा. आपणही कधीतरी असे नशीबवान असू, असं मनात यायचं.

मी किशोरवयीन असताना मला शेजारच्या मेडिकल आणि इंजिनिअरिंगच्या विद्यार्थ्यांचा हेवा वाटायचा. मला अगदी मनापासून, डॉक्टर व्हायचं होतं आणि समजा ते नाहीच जमलं तर किमान इंजिनिअर तरी व्हायचं होतं.

मी तरुण झालो तेव्हा देखणी मैत्रीण असणाऱ्या सर्वांचा मला हेवा वाटायचा.

आयुष्यात सगळ्या चांगल्या गोष्टी नशिबाने घडतात, केवळ नशिबाने, यावर माझी श्रद्धा होती...

२ नोव्हेंबर १९६८ रोजी हिवाळ्यातल्या एका गारठलेल्या सकाळी मी अहमदाबादमध्ये आलो, तेव्हापासून माझं हे मत कायमचं बदललं ते!

अहमदाबादमध्ये मला निराळीच संस्कृती आणि मूल्यपद्धती आढळली. हे सगळं माझी जडणघडण झाली तिथल्या वातावरणापेक्षा खूपच वेगळं होतं. अहमदाबादमध्ये मी कठोर परिश्रम करणारी माणसं पाहिली; वेळ आणि पैसा यांना महत्त्व देणारी माणसं पाहिली; केवळ शेजाऱ्यांपुढे भाव मारण्यासाठी

संपत्तीचं प्रदर्शन न करणारी माणसं पाहिली; काटकसरीने राहणारी, काटकसरीची शिकवण देणारी माणसं पाहिली... उद्योग आणि उद्योगपतींना प्रेरणा देणारा आणि त्यांचा सन्मान करणारा समाज आणि राज्य पाहिलं.

करसनभाई पटेल यांच्यासारख्या दिग्गज व्यक्ती मला तिथेच भेटल्या. त्यांनी 'निरमा' सुरू केलं आणि भारतीय गृहोपयोगी डिटर्जंट मार्केटमध्ये सर्वस्वी नवा अध्याय निर्माण केला. सरकारी प्रयोगशाळेतल्या नोकरीत मिळणाऱ्या ४०० रुपये पगाराच्या जोरावर आपण फार पुढे जाणार नाही, हे ओळखून करसनभाईंनी आपलं रसायनविषयक ज्ञान वापरून अहमदाबादमध्ये त्यांच्या घराच्या परसात डिटर्जंट पावडर तयार केली. नंतर त्यांनी स्वत:च हे उत्पादन दारोदारी जाऊन विकायला सुरुवात केली. त्या काळात उपलब्ध असणाऱ्या सर्वांत स्वस्त डिटर्जंटची किंमत होती १३ रुपये. त्यामुळे ते मध्यमवर्गीय गृहिणींच्या आवाक्याबाहेरचं होतं. त्यावेळी करसनभाईंनी अवघ्या ३ रुपयांत डिटर्जंटचा पुडा उपलब्ध केला होता, तोसुद्धा पैसे परत करण्याच्या हमीसह! त्यामुळे लवकरच 'निरमा' हे नाव घराघरांत पोहोचलं यात आश्चर्य कसलं! त्यांनी बलाढ्य बहुराष्ट्रीय कंपनीसारखी ताकद मिळवली आणि १९८० च्या दशकाच्या प्रारंभी 'निरमा'ने 'सर्फ'ला मागे टाकलं. आज या कंपनीत सुमारे १४००० कर्मचारी आहेत आणि कंपनीची वार्षिक उलाढाल ५०० दशलक्ष डॉलर्सपेक्षा जास्त आहे. २००४ साली निरमाची वार्षिक विक्री ८ लाख टनांवर पोहोचली होती. फोर्ब्जच्या आकडेवारीनुसार, २००५ साली करसनभाई पटेल यांचं 'नेट वर्थ' ६४० दशलक्ष डॉलर्स होतं!

उत्तर गुजरातमधल्या या शेतकऱ्याचं हे यश कुणा 'भाग्याबाईने' त्यांना आयतं दिलं नव्हतं, हे नक्की! या यशामागे होते त्यांचे खडतर परिश्रम आणि समोर मातब्बर प्रतिस्पर्धी असूनही यशस्वी होण्याचा निर्धार... हा त्यांचा यशोमंत्र होता.

वेगळी वाट रुजवणारी अशीच आणखी एक व्यक्ती म्हणजे डॉ. वर्गिस कुरियन. ते जन्माने गुजराथी नसले तरी त्यांनी या राज्याची संस्कृती पूर्णपणे आत्मसात केलेली दिसते. डॉ. कुरियन यांच्याविषयी थोडंसं सांगतो. त्यांचा जन्म अत्यंत सुप्रसिद्ध केरळी सिरीयन ख्रिश्चन कुटुंबात झाला. (त्यांचे मामा जॉन मथाई. ते अर्थतज्ज्ञ होते. ते भारताचे पहिले रेल्वेमंत्री होते. त्यानंतर त्यांनी अर्थमंत्रिपद सांभाळलं होतं.) डॉ. कुरियनसुद्धा उच्चविद्याविभूषित आहेत. त्यांनी भारत आणि अमेरिका या दोन्ही देशांतल्या सर्वोत्तम कॉलेजांमध्ये इंजिनिअरिंगचं शिक्षण घेतलं आहे. त्यांची सर्वप्रथम नियुक्ती झाली ती आणंद या गुजरातमधल्या

छोट्याशा खेड्यातल्या सरकारी दूध संस्थेत. हे विश्व त्यांच्यासाठी सर्वस्वी परकं होतं. उच्च वर्गातले पक्के मांसाहारी कुरियन, इंग्रजीचा फारसा गंधही नसलेल्या, कट्टर शाकाहारी लोकांमध्ये अकस्मात फेकले गेले होते. ते ज्या सुखसुविधांमध्ये वाढले होते, त्यापैकी कुठलीही सुविधा तिथे त्यांना मिळत नव्हती. पण याच विश्वात त्यांनी 'अमूल' घडवण्याचं अपूर्व कार्य केलं. ज्यायोगे भारत जगातला सर्वांत मोठा दूध उत्पादक देश बनला! डॉ. कुरियन माघार घेणारे नव्हते, हे स्पष्टच आहे. ते भारतात किंवा परदेशात घसघशीत पगाराची छानशी नोकरी आरामात करू शकले असते. त्यांच्या कुटुंबाचं वजन होतंच, शिवाय त्यांच्या शैक्षणिक अर्हतेमुळे ते हवं तिथं जाऊ शकले असते. तरी त्यांनी त्रिभुवनदास पटेल यांचं सहकारी संस्थेचं स्वप्न साकार केलं. श्री. पटेल त्यांचे मार्गदर्शक होते आणि खेडा जिल्हा सहकारी दूध उत्पादक संघ मर्यादित (KDCMPUL) चे अध्यक्ष होते. ही संस्था आता 'अमूल' नावाने प्रसिद्ध आहे. अशा प्रकारे डॉ. कुरियन यांनी जिवाचं रान करून, प्रतिकूल परिस्थितीची पर्वा न करता जगातला सर्वांत मोठा डेअरी विकास कार्यक्रम तयार केला. त्यांच्या कामाची सुरुवातही शून्यातून झाली होती. करसनभाईंसारखंच त्यांचंही पहिलं ऑफिस म्हणजे एक साधीशी शेड होती. कुरियन यांनीही अतिशय तीव्र विरोधाला तोंड देत काम केलं आणि हा विरोधही बरेचदा सरकारकडूनच असायचा! या कहाणीतसुद्धा यातल्या प्रत्येक बाबीत 'नशीब' गूढरीत्या गायब झालं होतं, हे स्पष्टच आहे!

तिसरी असामान्य कर्तबगार व्यक्ती म्हणजे धीरुभाई अंबानी. ते तर भाग्याबाईंचे आवडते वगैरे मुळीच नव्हते. मी असं विधान करतोय, कारण ते वयाच्या अवघ्या सतराव्या वर्षी अॅडेनमध्ये पहिल्यावहिल्या नोकरीसाठी प्रथमच जलप्रवासाला निघाले होते, तेव्हाच त्यांना दुर्दैवाचा प्रचंड सामना करावा लागला होता. ही गोष्ट किती लोकांना ठाऊक आहे, मला माहीत नाही. पण त्यावेळी त्यांना बोटीचं तिकीट मिळालं नव्हतं. पुढच्या अनेक महिन्यांचं सगळं बुकिंग झालेलं होतं. पण ते हताश झाले नाहीत, तर त्यांनी पुढच्याच मालवाहू जहाजात उडी घेतली! अशा दुर्दैवी घटनांनी त्यांच्या संपूर्ण करिअरमध्ये त्यांचा पिच्छा सोडला नाही. पण ते कायम त्यातून मार्ग शोधत राहिले आणि हेच धीरुभाईंचं वैशिष्ट्य होतं. त्यांनी एकदा एखादी गोष्ट करायची ठरवली की, ते ती गोष्ट तडीला नेतच असत... मग काहीही होवो... परिस्थिती वा नशीब आपल्या बाजूने असो वा नसो!

प्रतिकूलतेवर मात करणं हाच त्यांचा जीवनमार्ग बनला होता. इंग्रजीवर प्रभुत्व मिळवणं असो किंवा ज्याची मनापासून आस होती ते शिक्षण घेण्यासाठी रात्रशाळेत

प्रवेश घेणं असो किंवा कुटुंबासमवेत भारतात परत येऊन पुन्हा व्यापार सुरू करणं असो... आयुष्य सोपं नाही या वास्तवाला तोंड देण्यासाठी धीरुभाई सदैव सज्ज होते. फारशा लोकांनी ज्या क्षेत्रात पाऊल ठेवलेले नाही तिथे अग्रणी बनण्याचा मान आपलाच आहे, ही गोष्ट ते जाणून होते.

ते एकदा म्हणाले होते, 'मी जे काही करतो त्यामध्ये अग्रणी असणं मला आवडतं.'

कोणत्याही मार्गावर प्रथम पाऊल टाकणाऱ्यासाठी रस्ता अतिशय खडतर असतो, याची त्यांना जाणीव होती. त्यांनी ज्या-ज्या उद्योगात प्रवेश केला तिथं त्यांनी वैचारिक स्तरावर आमूलाग्र बदल (Paradigm shift) घडवला. याचा उद्योगक्षेत्राला आणि अंतिमत: सर्वसामान्य माणसाला कायमच खूप फायदा झाला आहे. मग ते यार्न उत्पादन असो, कापड उद्योग असो, पेट्रोकेमिकल्स असो, नाहीतर उत्खनन किंवा टेलिकॉम क्षेत्र असो!

मात्र तुम्ही जेव्हा प्रचलित वातावरण बदलता तेव्हा नेहमीच कठोर शिक्षा भोगावी लागते आणि तुम्हाला सांगतो, असं घडतं तेव्हा नशीब जराही तुमच्या बाजूने नसतं. धीरुभाईंना सर्वाधिक आनंद व्हायचा तो अशक्यप्राय वाटणाऱ्या गोष्टी साध्य करण्यात, आरामदायी मार्ग शोधण्यात नव्हे!

त्यानंतर मुद्रा आणि MICA (मुद्रा इन्स्टिट्यूट ऑफ कम्युनिकेशन्स, अहमदाबाद) या संदर्भातली माझ्या 'ट्राईस्ट विथ डेस्टिनी' ची कहाणी. इथेसुद्धा आम्ही सर केलेल्या एकेक मैलाच्या दगडामध्ये नशिबाचा वाटा अगदी थोडा होता. मी 'रिलायन्स'मधली 'विमल' चा जाहिरात व्यवस्थापक ही नोकरी सोडून १९८० साली 'मुद्रा'ची मुहूर्तमेढ रोवली. या साहसी उपक्रमासाठी धीरुभाईंनी सुरुवातीला मला फक्त ३५००० रुपये दिले होते. आमचं पहिलं ऑफिस अहमदाबादमधल्या एका निवासी कॉलनीतल्या एका फ्लॅटमध्ये थाटलं होतं. अर्थातच काम भरपूर होतं. पण त्यासाठी सुस्पष्ट आदेश होता- कापडाची सर्वोत्तम जाहिरात तयार करा! धीरुभाईंना काम आवडलं नाही तर ते आमच्याकडूनच काम करून घ्यायला मुळीच बांधील नव्हते. त्यामुळे आम्ही कित्येक वर्ष रात्र-रात्र जागून प्रचंड कष्ट करत होतो. त्यांच्या आमच्याकडून असणाऱ्या अपेक्षांच्या कसोटीला उतरण्यासाठी धडपडत होतो. मला आठवतं, मी दररोज सकाळी पावणेनऊ वाजता माझ्या डेस्कशी हजर असायचो आणि कधी मध्यरात्रीच्या आधी घरी जायचो नाही. प्रत्येक रविवारी निम्मा

दिवस ऑफिसमध्येच जात असे. माझी मुलं लहानाची मोठी होताना पाहायला मी कधी घरीच नसायचो. पण एका आघाडीवरच्या अशा प्रचंड त्यागाचं दुसऱ्या आघाडीवर घसघशीत फळ मिळालं. नाहीतर मुंबईच्या 'गोल्डन ॲड सर्कल'पासून दूर असलेली संस्था अवघ्या नऊ वर्षांत भारतातली सर्वांत मोठी जाहिरात संस्था कशी काय बनू शकली असती? आमच्याकडे नोकरीच्या शोधातल्या बुद्धिमान व्यक्ती दररोज चालून येत नव्हत्या आणि जाहिरात संस्थेचं सामर्थ्य तिथे काम करणाऱ्या लोकांमुळे असतं, हे सर्वज्ञात आहेच. त्या काळी अहमदाबाद हे फक्त एक गाव होतं. तिथे रात्रीची रंगीत मौजमजा नव्हती, सांगण्याजोगं 'सोशल लाईफ' नव्हतं आणि जाहिरात क्षेत्रातल्या बहुतांश लोकांसाठी विकासाची 'लाईफलाईन' असणारं 'नेटवर्क' नव्हतं. अशा परिस्थितीत मुंबई सोडून अहमदाबादला यायला कोण तयार होईल? त्यामुळे आम्हालाच बाहेर जाऊन, आमच्यासोबत काम करण्याची इच्छा असणारे तरुण लोक निवडून, आमच्या प्रगतीला गती देण्यासाठी त्यांना 'मुद्रा'च्या ढाच्यानुसार प्रशिक्षित करावं लागलं. अशा प्रकारे आम्ही आमचं विशेष कौशल्य निर्माण करत असतानाच नकळत एका नव्या वळणाशी येऊन थबकलो, ते म्हणजे- MICA.

MICA– मुद्रा इन्स्टिटट्यूट ऑफ कम्युनिकेशन्स, अहमदाबाद हे आमचं गृह प्रशिक्षण केंद्र म्हणून सुरू झालं. आम्ही 'मुद्रा'साठी काही कार्यक्रम विकसित करत असतानाच, जाहिरात क्षेत्रात काम करणाऱ्या व्यक्तींसाठी प्रशिक्षण देणारी परिपूर्ण शैक्षणिक संस्था सुरू करण्याचा विचार पुढे आला. मात्र हे स्वप्न पाहणं आणि ते प्रत्यक्षात उतरवणं या दरम्यान खूप अंतर होतं. या साऱ्याची सुरुवात झाली ते ही संस्था कुठे उभी करायची या निर्णयापासून!

मी कित्येक महिने यावर विचार करत होतो. अहमदाबाद आणि आसपासच्या परिसरात कित्येक संभाव्य जागा पुन:पुन्हा पाहून येत होतो. अखेर १९९१ साली ही संस्था सुरू झाली. पण आज ही संस्था जशी आहे तशी घडताना, तिचा एकेक चिरा घडवताना आम्ही रक्ताचं पाणी केलं आहे. इथेही पुन्हा एकदा प्रचंड मेहनतीच्या बळावरच हे स्वप्न साकार झालं, त्यामध्ये नशिबाचा वाटा अगदी नगण्य होता.

या सर्व यशोगाथांनी नि:संशय सिद्ध केलं आहे की, यशप्राप्तीसाठी मनात स्वप्न रुजवणं, कठोर परिश्रम आणि समर्पणभाव आवश्यक असतो, नशीब नव्हे आणि या प्रत्येक कथेमागे एक पद्धत आहे, प्रक्रिया आहे.

बारा

यावरून माझ्या लक्षात आलं की,

यश ही घटना नव्हे, तर ती एक प्रक्रिया आहे.

आता मी यशप्राप्तीसाठी दहा सोप्या प्रक्रियांचा किंवा सूत्रांचा संच तुमच्यासमोर सादर करतो.

नशीब ही तुमच्याबाबतीत घडणारी गोष्ट असून, ती अनपेक्षित स्वरूपाची आणि आधी अंदाज न वर्तवता येणारी असते. मात्र यश सुनियोजित असतं आणि काळाच्या कसोटीवर उतरलेल्या काही विशिष्ट प्रक्रियांच्या कसून अंमलबजावणीद्वारे साध्य करता येतं.

तेरा

अनुक्रमणिका

उपोद्‌घात

भारत खूप खूप वर्षं गरीब देश होता. मला आर. के. लक्ष्मण यांचं एक व्यंगचित्र अजूनही आठवतं. त्यात काही पुरुष, ते सरकारी अधिकारी आहेत असं गृहीत धरायचं, जगाच्या नकाशाचं निरीक्षण करत आहेत, असं दाखवलं होतं.

त्यातला एकजण म्हणतो, ''आपल्याला कर्जाऊ पैसे देऊ शकेल असा एखादा देश जगाच्या पाठीवर बाकी आहे का, ते बघतोय!''

मला वाटतं, अगदी बिकट परिस्थिती कधीकधी विनोदनिर्मितीस साहाय्यभूत ठरते.

मात्र अगदी काही काळ्यापूर्वीपर्यंत भारताची अवस्था अशीच होती. १९९१ सालानंतर हे सगळं चित्र बदललं. आजही आपला देश गरीबच आहे. मात्र विकसित पाश्चात्त्य देश हे मोठ्या प्रमाणात गरीब लोक असलेले श्रीमंत देश आहेत. त्या तुलनेत आपला देश श्रीमंत लोकांचा गरीब देश आहे. तर मग आपण नेमके किती गरीब आहोत?

जागतिक बँकेच्या अहवालानुसार, भारतीय लोकसंख्येच्या ४१.६ टक्के जनता प्रतिदिन १.२५ डॉलर्सपेक्षाही कमी पैशांत म्हणजेच आंतरराष्ट्रीय दारिद्र्य रेषेखाली जगते. १९९० साली हे प्रमाण ५१.३ टक्के होतं.

आता आपण श्रीमंत कसे ते पाहू. २००५ सालच्या जागतिक बँकेच्या

अहवालानुसार, भारत जगातला बाराव्या क्रमांकाचा श्रीमंत देश होता. त्यावेळी भारताचा (GDP) ७८५.४७ अब्ज डॉलर्सवर म्हणजेच ३५,३४,६१५ कोटी रुपयांवर पोहोचला होता. त्यावेळी अमेरिका हा १२.४६ ट्रिल्यन डॉलर्स (GDP) असलेला सर्वांत श्रीमंत देश होता.

जगातल्या सर्वांत श्रीमंत लोकांच्या, फोर्ब्सच्या अलीकडच्या यादीनुसार भारतात, ९९ अब्ज डॉलर्स 'कंबाईन्ड नेट वर्थ' असलेले २३ अब्जाधीश आहेत. याबाबतीत भारताने आशियायी मातब्बर– जपानच्या २७ अब्जाधीशांना मागे टाकलं आहे. त्यांचे एकूण मूल्य आहे ६७ अब्ज डॉलर्स. २००७ सालच्या अखेरीस भारतात १,२३,००० कोट्यधीश बनले आहेत, असा अंदाज आहे. हे पहिल्या पिढीतले संपत्तीनिर्मिते आहेत. कोट्यधीश व्यक्तींचं प्रमाण आदल्या वर्षींपेक्षा २२.७ टक्के जास्त आहे. एवढंच नव्हे तर जवळजवळ ११ लाख घरांचं वार्षिक उत्पन्न १० लाख रुपये आहे.

भारतात या संदर्भात विरोधाभास आहे, हे आपण जाणतो. पण आपल्या देशात दरवर्षी श्रीमंत कुटुंबांची संख्या वाढत आहे, ही गोष्ट दिलासा देणारी आहे.

अशा वेळी मनात प्रश्न येतो की, ही सगळी पहिल्या पिढीतली संपत्ती आली कुठून?

ही सगळी संपत्ती अत्यंत मेहनती आणि साहसी लोकांनी निर्माण केली आहे. या लोकांनी भव्य स्वप्नं पाहिली आणि आपल्या जीवनकालातच ती वास्तवात उतरवण्यासाठी जिवाचं रान केलं. आज आपण ज्यांना 'आयकॉन' मानतो अशा बहुतांश व्यक्ती खडतर मार्ग पार करून इथवर पोहोचल्या आहेत. राष्ट्राध्यक्ष, पंतप्रधान असोत, उद्योगसम्राट, एवढंच नव्हे तर सर्वोत्तम शास्त्रज्ञ अशा सर्वांनी अत्यंत खडतर आणि वंचित बालपण सोसलं आहे. त्यांची सुरुवातीची परिस्थिती आणि आजची कामगिरी यामध्ये कित्येक प्रकाशयोजने अंतर आहे. आपण त्यांच्या जीवनकालाचा अभ्यास करतो तेव्हा त्यांच्यामुळे स्फूर्ती लाभली नाही तरच नवल!

भारताची यशोगाथा रचली गेली आहे ती याच विलक्षण माणसांमुळे! या लोकांना प्रचंड प्रतिकूलतेला तोंड द्यावं लागलं आहे. त्यांची पार्श्वभूमी कशीही असली तरी, या सर्वांनी हे सिद्ध करून दाखवले आहे की, भारत विपुल संधींची भूमी आहे. ही अशी भूमी आहे, जिथे तुम्ही भव्य स्वप्नं पाहू शकता आणि भव्य

गोष्टीही साध्य करू शकता. मात्र त्यासाठी फक्त तुमच्या मनात केवळ स्वप्नंच असून चालणार नाही, तर ती सत्यात उतरवण्यासाठी आवश्यक असणारं नियोजन आणि ते पूर्ण करण्यासाठी कार्यपद्धतींचा संचही तुमच्याजवळ असला पाहिजे. या सर्व कर्तृत्वसंपन्न व्यक्तींमध्ये आढळणारी अशी दहा समान सूत्रं, दहा निरनिराळ्या पद्धती मी शोधल्या आहेत. ज्यायोगे सामान्य माणसांचे असामान्य यशस्वी माणसांमध्ये रूपांतर घडू शकते.

या पुस्तकातल्या दहा प्रकरणांमध्ये मी अशा सुमारे ५० लोकांच्या– बहुतांश भारतीय आणि काही आंतरराष्ट्रीय स्तरावरच्या लक्षणीय, कर्तृत्वसंपन्न लोकांच्या कथा सूत्रबद्ध केल्या आहेत. ज्या लोकांनी आपली स्वप्नं सिद्धीस नेली आहेत आणि त्यायोगे हे जग अधिक सुंदर बनवलं आहे.

या पुस्तकाची जुळवाजुळव करत असताना माझ्या मनात आलं की, मी किती भाग्यवान आहे... कारण तीन अतुलनीय व्यक्ती मला गुरू म्हणून लाभल्या आहेत. या तिघांनीही ही दहा सूत्रं अनुसरली आहेत आणि ते खऱ्या अर्थाने असामान्य कर्तृत्वसंपन्न बनले आहेत. त्यापैकी दोन व्यक्तींच्या आयुष्यातल्या घटनांचा मी या पुस्तकात उल्लेख केला आहे. परिपूर्ण आयुष्य कसं जगायचं ते या सर्वांनी मला दाखवून दिलं. त्याबद्दल मी त्यांचा आभारी आहे.

- **गिराबेन साराभाई :** *त्यांनी माझी सौंदर्याभिरुची वृद्धिंगत केली आणि सामान्य गोष्टी आणि सौंदर्य यातला फरक ओळखण्याची क्षमता माझ्यात निर्माण केली.*

- **धीरुभाई अंबानी :** *त्यांनी मला टीकास्त्रांना तोंड देत चिवटपणे टिकून राहण्याची आणि विजेत्याप्रमाणे आयुष्याला भिडण्याची कला शिकवली.*

- **डॉ. वर्गिस कुरियन :** *त्यांनी भारताला जगातला सर्वांत मोठा दूधउत्पादक देश बनवून भारताच्या सामर्थ्याचं विलक्षण दर्शन घडवलं.*

- याखेरीज, माझ्या सहलेखिका मिनी अब्राहम यांचे आभार! हे पुस्तक त्यांच्यामुळेच आकाराला येऊ शकलं.

या पुस्तकाच्या 'टेन मच' या शीर्षकाविषयी थोडंसं– 'टू मच!' हे अगदी

टिपिकल भारतीय उद्गारवाचक रूप आहे. त्याचीही पुढे आणखी उत्क्रांत रूपं पाहायला मिळतात. एखाद्या गोष्टीबद्दल 'जस्ट टू मच' म्हणायचं असतं तेव्हा लोक 'श्री मच', 'फोर मच' अशा 'सुधारणा' करताना दिसतात. हे पुस्तक काही असामान्य भारतीयांबद्दल असल्यामुळे मी विचार केला की, गुणवत्तेच्या दृष्टीने ते अत्युच्च श्रेणीत मोडतात. त्यामुळे मोजपट्टीवरचे सर्वोच्च गुण त्यांना मिळायला हवेत... पैकीच्या पैकी म्हणजेच 'अ परफेक्ट टेन!' अतिशय वंचित जीवन, मूलभूत सोयीसुविधांचा अभाव अशा परिस्थितीतही ते ज्या पद्धतीने वर आले, एवढंच नव्हे तर 'आयकॉन' बनले. संपूर्ण जगाचं लक्ष वेधून घेणारे, नव्या स्वतंत्र भारताचे नेते बनले. ते खरंच एक, दोन नव्हे तर 'टेन मच!' आहेत, नाही का?

त्यांच्या कहाण्यांमुळे तुमच्या मनात स्फूर्तींचं स्फुल्लिंग चेतेल, अशी मला आशा आहे. हे सगळं लिहीत असताना माझी अवस्थाही काही वेगळी नव्हती.

- ए. जी. कृष्णमूर्ती

स्वप्न पाहा.
भव्य स्वप्न पाहा...

भव्यदिव्य स्वप्न पाहणारे लोक नसते तर आज आपली संस्कृती कुठे असती? कुणी आभाळात भरारी घेण्याचं स्वप्न पाहिलं, कुणी सामान्य माणसाला मोटरगाडी देण्याचं स्वप्न पाहिलं तर कुणी हे जग प्रकाशाने उजळवून टाकण्याचं स्वप्न पाहिलं. राईट बंधू नसते तर आपण दुसऱ्या शहरातल्या क्लायन्टला भेटायला जाण्यासाठी टुणकन् विमानात बसू शकलो असतो का? हेन्री फोर्ड नसते तर आपल्यापैकी कुणी आपल्या मारुतीत बसून जवळच्या दुकानात झुमकन निघाला आहे, ही शक्यता असती का? आणि प्रत्येक मॉल आणि मल्टीप्लेक्सनी तर दररोज एडिसनची आरतीच करायला हवी. एडिसन नसते आणि त्यांचे विजेचा बल्ब, फोनोग्राफ आणि चलतचित्र, कॅमेरा हे शोध नसते तर आपल्याला आपली मनोरंजनाची भूक भागवण्यासाठी अजूनही भिंतीवर चित्रं रंगवणं आणि स्थानिक कलाकारांच्या प्रत्यक्ष मैफिली इतक्या मर्यादित साधनांवरच समाधान मानावं लागलं असतं. एडिसननी त्यांच्या १००० शोधांद्वारे जग कायमचं बदलून टाकलं. एवढंच नव्हे तर त्यांनी 'जनरल इलेक्ट्रिक' नामक उद्योग साम्राज्यही उभारलं. तुमच्या आणि माझ्या सुदैवाची गोष्ट म्हणजे या जगात स्वप्नं पाहणारे खूप लोक आहेत. ते आरामात झोपाळ्यावर झुलत, हवेत इमले बांधत नाहीत, तर प्रत्यक्ष कृतीही करतात आणि ते केवळ 'कृती' करून थांबत नाहीत, तर त्या कृतीनंतर अपेक्षित असणाऱ्या गोष्टी मूर्त रूपात साकार होईपर्यंत हे सगळेजण त्याचा 'चिकाटीने' पिच्छा पुरवतात.

एडिसननी जगाला एक सुप्रसिद्ध सुवचन दिलं, ते म्हणजे– "Genius is one percent inspiration, ninetynine percent perspiration"

अलौकिक बुद्धिवान व्यक्तींच्या बाबतीत अंत:प्रेरणेचा वाटा एक टक्का असेल तर त्यांच्या कष्टांचा वाटा नव्व्याण्णव टक्के असतो.

एडिसनला लहानपणी शाळेतून काढून टाकण्यात आलं होतं. कारण शाळेच्या मते त्यांचा मेंदू 'कुचकामी' होता! त्यांच्या आईने त्यांना घरीच शिकवलं. सगळ्या आयांप्रमाणेच तिचाही स्वत:च्या मुलावर विश्वास होता. कुठल्याही महान संशोधकाचं चरित्र बघा, त्यामध्ये तुम्हाला नशिबाने 'छप्पर फाडके' मिळालं, असा उल्लेख आढळणार नाही. कारण या लोकांपैकी बऱ्याच जणांचं आयुष्य इतकं वंचित होतं की, ज्याची कल्पनादेखील कोणी करू शकत नाही.

आपण राईट बंधूंच्या कहाणीकडे वळूया.

कल्पना प्रत्यक्षात उतरल्या नाहीत तर त्यांना काहीच अर्थ उरत नाही–
विल्बर आणि ऑर्विल राईट यांचा जन्म अशा जगतात झाला, जिथे दा विन्सींसारख्या स्वप्नं पाहणाऱ्या काही मोजक्या लोकांखेरीज इतर कुणीही मानवाच्या गगनभरारीच्या शक्यतेचा विचारही केला नव्हता. त्यांच्या वडिलांनी त्यांना एक खेळणं आणलं होतं, त्यावरून अगदी बालपणीच त्यांच्या तल्लख मेंदूत ही कल्पना रुजली होती. ते खेळणं अगदी साधं होतं... मुंबईत ट्रॅफिक सिग्नलशी विकायला येतात तसल्या खेळण्याचं काहीसं जुनं रूप. बुचाच्या तुकड्याला पंख लावलेले आणि त्याला रबर बँडचा ताण लावलेला, असं ते खेळणं होतं. त्यांच्या बालपणी आवडत्या छंदांसाठी, मग ते लेखन असो वा यांत्रिक उपकरणांशी खाटखुट करणं असो, यासाठी त्यांच्या आईवडिलांकडून त्यांना भरपूर प्रोत्साहन मिळालं होतं. पुढे लोक जेव्हा त्यांचं बालपण प्रतिकूल परिस्थितीत गेलं असा उल्लेख करायचे तेव्हा विल्बर नेहमी ठासून सांगायचे की, त्यावेळी आमच्याजवळ पैसा नसला तरी आम्हाला आईवडिलांचा पाठिंबा आणि प्रोत्साहन सदैव असायचं आणि यशस्वी होण्यासाठी आम्हाला त्याचीच आवश्यकता होती!

मनुष्यजातीने आभाळात भरारी घेण्याचं स्वप्न त्यांनी पाहिलं असलं तरी या स्वप्नांना आर्थिक पाठबळ द्यायला हवं, असंही त्यांचं मत होतं. त्यांचा दुचाकी सायकलींचा धंदा चांगला भरभराटीला आलेला होता. मनात जागलेलं स्वप्न केवळ स्वप्नच राहू नये यासाठी त्यांनी त्यांच्याजवळ

असलेलं सर्व काही पणाला लावलं.

'टाईम'मधल्या त्यांच्याविषयीच्या लेखात बिल गेट्स यांनी म्हटलं आहे, 'लिओनार्दो द विन्सी या अलौकिक व्यक्तीने 'फ्लाईंग मशीन' ही कल्पना केली. पण या दोन अमेरिकी दुचाकी सायकल मेकॅनिक्सनी विज्ञानाच्या पद्धतशीर उपयोगाने ते साध्य केलं.'

जगात ज्या गोष्टीचं कुणीच कधी स्वप्नही पाहिलं नसेल अशा गोष्टीची कल्पना करण्यासाठी नक्कीच अलौकिक बुद्धिमत्ता लागत असली तरी जी गोष्ट केवळ कल्पनाविश्वातच राहिली असती अशा गोष्टीत प्राण फुंकून ती मूर्तरूपात आणण्यासाठी कमालीची चिकाटीच लागते.

राईट बंधू हे भव्यदिव्य स्वप्न पाहणाऱ्यांचे अतिशय उत्तम उदाहरण आहे. ज्यांनी केवळ अभूतपूर्व भव्य स्वप्नच पाहिलं नाही, तर इतकं भव्य स्वप्न पाहिलं की, त्यामुळे सारं जग कायमचं बदलून गेलं. ते प्रत्यक्ष कृती करणारेही (doers) होते. त्यांनी स्वतःचं स्वप्न साकार करण्याचे प्रयत्न केले, खूप प्रयत्न केले आणि गगनभरारी घेईपर्यंत कधीही हार मानली नाही. अखेर त्यांच्या हातात विमानाचा 'कंट्रोल' होता, ते आभाळात विहरत होते आणि जमीन खाली राहिली होती!

....

हेन्री फोर्डसुद्धा राईट बंधूंसारखेच होते. केवळ चाकोरीबाहेरच्या नव्या संकल्पनेचे जनक म्हणून ते अजरामर झाले नाहीत तर त्यांनी जग बदलून टाकणारी संकल्पना संपूर्ण मानवजातीसाठी वास्तवात उतरवली. राईट बंधूंप्रमाणेच फोर्डही जाणून होते की, केवळ स्वप्न उराशी बाळगून भागणार नाही, तर त्याला आर्थिक पाठबळ देण्यासाठी पैसा हवा. म्हणून ते स्वतःची कंपनी सुरू करण्यासाठी पैसे जमवू लागले. त्यांनी विकण्याजोगी एकही कार बनवण्याआधीच ८६००० डॉलर्स खर्च केल्यामुळे, गुंतवणूकदारांच्या पहिल्या गटाने त्यांच्याकडे गुंतवलेले सगळे पैसे काढून घेतले. त्यानंतर त्यांनी स्पर्धेसाठी एक कार बनवली. त्या कारच्या कामगिरीने फोर्डना त्यांच्या नव्या कंपनीचे समभाग विकण्यास मदत झाली. १० डॉलरचा एक समभाग असे त्यांचे ६००० समभाग विकले गेले... मात्र अल्पावधीतच ते कोसळले. त्यांनी पुन्हा तिसऱ्यांदा कंबर कसली आणि पुन्हा उत्पादन सुरू केलं. या खेपेला त्यांना यश लाभलं. कारची चांगली विक्री झाली. पण त्यांनी जग बदललं ते कार उत्पादक म्हणून नाही. त्यांची असेम्ब्ली लाईन उत्पादनाची संकल्पना दूरगामी परिणाम घडवणारी ठरली. एवढंच नव्हे तर समाजात मध्यमवर्ग

नामक नवा स्तर निर्माण करण्याचं बरंचसं श्रेयही त्यांनाच लाभलं. त्यांनी त्यांच्या कामगारांचा किमान पगार दुप्पट केला आणि त्यांचे कामाचे तास कमी केले. या गोष्टीचा अखिल उद्योग समुदायाला धक्का बसला. 'द वॉल स्ट्रीट जर्नल' ने या योजनेला 'आर्थिक गुन्हा' असं संबोधलं होतं, असं म्हणतात. पण त्यावेळी त्यांच्या लक्षात आलं नव्हतं की, फोर्डनी प्रती कार उत्पादन खर्च कमी केला आहे. त्यामुळे त्यांना त्यांच्या कर्मचाऱ्यांना जास्त पगार देऊन आनंदी ठेवणं, शिवाय त्यांना स्वत:ची कार घेण्यासाठी स्रोत उपलब्ध करून देणं अगदी सहज परवडत होतं.

फक्त उत्पादन निर्मितीद्वारे जादू घडणार नव्हती. फोर्डना त्यांच्या कार खरेदी करण्यासाठी ग्राहक निर्माण करण्याबरोबरच, त्यांच्या कार चालवण्यासाठी आरामदायी रस्ते आणि दीर्घ पल्ल्याच्या प्रवासासाठी इंधनपंपांची सुविधाही पुरवावी लागली. त्या काळी सगळे रस्ते, घोड्यांना सोयीचे होण्यासाठी दगडगोट्यांचे, खडबडीत केलेले असत आणि आता फोर्डना ते त्यांच्या कारससाठी सोयीचे होण्यासाठी गुळगुळीत करून हवे होते. आज आपण ज्या सोयीसुविधा मिळणं अगदी गृहीतच धरतो, त्या सर्व सोयीसुविधा सरकारकडून मिळवण्यासाठी त्यांनी एकट्याने प्रयत्न केले. त्यामागे कार विकणं अधिक सोपं व्हावं, हा त्यांचा उद्देश होता! अशा प्रकारे अवघा सोळा वर्ष वयाचा, डेट्रॉईट मशिन शॉपमधल्या त्याच्या पहिल्या कार्यस्थळी आठ मैल पायी चालत जाणारा शेतकऱ्याचा मुलगा, दर त्र्याण्णव मिनिटाला एक कार तयार करणाऱ्या १०,००० लोकांच्या साम्राज्याचा प्रमुख बनला!

फोर्डनी त्यांचं स्वप्न वास्तवात उतरवण्यासाठी कठोर परिश्रम घेतले नसते तर हे कधी घडलं असतं का? अतिशय थकून गेल्यामुळे स्वत:च्या स्वप्नाचा नाद सोडून द्यावा, असा विचार मनात निर्माण करणारे प्रसंग अनेकदा आले... त्यांच्या गुंतवणूकदारांनी माघार घेतली तेव्हा, रस्ते कारसाठी सोयीचे नाहीत असं लक्षात आलं तेव्हा, दीर्घ पल्ल्याच्या अंतरात वाहनचालक काय करणार या विचाराने ते दिङ्मूढ झाले होते तेव्हा... पण या सर्व अडथळ्यांवर मात करताना त्यांनी फक्त त्यांच्या स्वत:च्या समस्या सोडवल्या नाहीत तर उर्वरित जगासाठी अधिक चांगलं जीवनमान निर्माण केलं.

चिकाटीने प्रयत्न करत राहणाऱ्या माणसांचं हेच सामर्थ्य असतं. ते स्वत:ची स्वप्नं साकार करण्याचा प्रयत्न करत असतात तेव्हा ते त्यांच्या भोवतालच्या जगासाठी अधिक चांगलं जीवनमान निरपवादपणे निर्माण करतात.

आपल्याकडेसुद्धा असामान्य कर्तृत्वसंपन्न व्यक्ती आहेत. त्यांनीही आपल्या ध्येयांचा पाठपुरावा करताना प्रचंड प्रतिकूलतेवर मात करण्यासाठी अक्षरश: लढा दिला आहे आणि आपल्या सर्वांसाठी अधिक चांगलं जग निर्माण केलं आहे.

रॉकेट सायन्स क्षेत्रातल्या त्यांच्या असामान्य योगदानाबद्दल त्यांना *पद्मभूषण आणि भारतरत्न* अशा काही सर्वोच्च सन्मानांनी गौरवण्यात आलं आहे. त्यानंतर त्यांनी देशातलं सर्वोच्च स्थान भूषविलं, ते भारताचे राष्ट्रपती बनले. ते देशातले एक सर्वांत लोकप्रिय राष्ट्रपती बनले. त्यांना लोकांचं खूप प्रेम लाभलं. ते म्हणजे अब्दुल कलाम... भारताच्या दक्षिण टोकाला असलेल्या रामेश्वरम् या छोट्याशा बेटावर नावा बांधण्याचं काम करणाऱ्या जैनुलब्दीन या व्यक्तीचा मुलगा. नावबांधणीचं काम करणाऱ्या माणसाचा मुलगा प्रचंड संपत्ती किंवा इतर ऐहिक लाभांवर काय दावा सांगणार? पण त्यांची आर्थिक परिस्थिती फारशी चांगली नसली तरी त्यांना चांगले आईवडील लाभले होते. पैशाने ज्या गोष्टी घेणं शक्य होतं त्यापेक्षा कितीतरी जास्त ठेवा त्यांनी कलामना दिला. त्यांनी कलाम यांच्यामध्ये ज्ञानसंपन्नतेचा अदम्य स्रोत निर्माण केला, ज्यायोगे त्यांची वाटचाल छोटासा मशीद मार्ग ते *राष्ट्रपती भवन* अशी घडली.

त्यांच्या मनातसुद्धा स्वप्न होतं. आज आपल्याला ते कदाचित साधं वाटेल, पण मागे वळून पाहिलं तर एका छोट्या गावातल्या छोट्या मुलासाठी ते अशक्यप्राय स्वप्न होतं. खरंतर अजूनही तीच अवस्था आहे. पण उपजीविकेसाठी आपल्या चुलतभावाला मदत म्हणून वृत्तपत्रं विकावी लागणाऱ्या कलामांच्या स्वप्नाची भरारी मोठी होती... आभाळात झेप घेणं हे त्यांचं स्वप्न होतं. सागरतीरी घिरट्या घालणारे सीगल पक्षी पाहून आपणही त्यांच्यासारखी हवेत भरारी घ्यावी, असं त्यांना वाटायचं. ही त्यांची इच्छा इतकी उत्कट होती की, त्यातूनच त्यांच्या करिअरचा पर्याय ठरला. हीच आतुरता त्यांना 'मद्रास इन्स्टिट्यूट ऑफ टेक्नॉलॉजी'मध्ये घेऊन गेली. तिथून त्यांनी एरोनॉटिकल इंजिनिअरिंगची पदवी घेतली. हा अभ्यासक्रम पूर्ण करण्यासाठी त्यांना त्यांच्या बहिणीचे सोन्याचे दागिने विकून पैसे उभे करावे लागले होते. त्यांना पैशाची कायमच इतकी चणचण असायची की, त्यामुळे गरज म्हणून ते शाकाहारीसुद्धा बनले. मात्र पुढे जेव्हा त्यांना परवडण्याजोगं होतं तेव्हाही ते पुन्हा मांसाहाराकडे वळले नाहीत. ते स्वत:च्या मर्जीने शाकाहारी राहिले. तसेच ते धूम्रपान वा मद्यपान करत नाहीत.

त्यांचं स्वप्न पूर्ण झालेलं पाहण्यासाठी त्यांना थोडी प्रतीक्षा करावी लागली.

ते एरोनॉटिकल इंजिनिअर झाले असले तरी अजून त्यांना आकाशात भरारी घेता आली नव्हती! ते हवाई दल आणि संरक्षण मंत्रालयात पहिल्यांदा मुलाखतीला जाताना रेल्वेने गेले होते. त्यांची हवाईदलात काम करण्याची फार इच्छा होती. पण ही नोकरी त्यांना मिळाली नाही. त्यामुळे अतिशय खिन्न मन:स्थितीत, उत्तरांचा शोध घेत ते हृषिकेशला गेले. तिथे त्यांना एका *आश्रमात* स्वामी शिवानंद भेटले. त्यांनी केलेला उपदेश कलाम यांनी सदैव स्मरणात ठेवला आहे–

''एखादी तीव्र इच्छा, जेव्हा ती हृदयापासून उमटलेली असते आणि मन, जेव्हा ते विशुद्ध आणि उत्कट असते तेव्हा त्यात विलक्षण विद्युतचुंबकीय ऊर्जा असते. ही ऊर्जा दर रात्री अवकाशात मुक्त केली जाते. कारण त्यावेळी मन गाढ झोपेत असते. रोज सकाळी जागृत अवस्थेत असताना ही ऊर्जा अफाट प्रवाह घेऊन परत येते. त्यावेळी कल्पनेतल्या गोष्टी खात्रीने प्रकट होतात.

मग तुम्ही अशा तरुणावर, अशा चिरतरुण अभिवचनावर विश्वास ठेवून विसंबू शकता. जसं तुम्ही सूर्योदयाच्या... वसंताच्या कधीही न मोडल्या गेलेल्या चिरंतन अभिवचनावर विसंबता तसे!''

त्यानंतर, १९५८ साली ते संरक्षण मंत्रालयात 'सीनिअर सायंटिफिक असिस्टंट' म्हणून रुजू झाले. त्यावेळी त्यांना महिना २५० रुपये पगार होता. हा पगार त्या काळात चांगला म्हणावा असा होता. आपण विमान उडवत नसलो तरी विमाने उडण्यायोग्य बनवतोय, या गोष्टीचा त्यांनी स्वत:ला दिलासा दिला.

त्यानंतर त्यांच्या करिअरचा आलेख उंच-उंच चढत गेला आणि लवकरच ते नुसती उत्तुंग भरारीच घेत नव्हते, तर ते भारताच्या पहिल्या अवकाश मोहिमेचा हिस्सा बनले होते आणि रॉकिट बनवत होते! स्वामींचे शब्द खरे ठरले होते. काळाने सिद्ध केलं होतं की, अब्दुल कलामांची तीव्र इच्छा हृदयापासून उमटलेली होती, ती विशुद्ध आणि खरीखुरी होती. त्यानंतर त्यांना कधी थांबावं लागलंच नाही. त्यांच्या मार्गदर्शनाखालील क्षेपणास्त्र कार्यक्रमांचा भारताला खूप उपयोग झाला. शिवाय त्यांना कीर्ती, यश आणि देशातल्या सर्वोच्च व्यक्तींकडून मान्यता लाभली. आपण जे स्वप्न स्वत:साठी साकार केलं त्यामुळे कित्येक मैलांवर, उपखंडाच्या टोकाला असलेल्या, आभाळाकडे अत्युत्कट इच्छेने नजर लावलेल्या एका छोट्या भारतीय मुलाचं भविष्य लिहिलं जाईल, याची राईट बंधूंना कणभरतरी

कल्पना असेल का?

कुणी सांगावं? अब्दुल कलामांच्या विलक्षण जीवनप्रवासातून स्फूर्ती घेऊन कोणीतरी दुसऱ्या कक्षेत नेत्रदीपक झेप घेईल आणि केवळ स्वतःचंच नव्हे तर त्याच्याभोवतीच्या जगातल्या लोकांचं आयुष्य बदलून टाकेल.

आणखी एक विलक्षण कहाणी आहे ती स्वातंत्र्यपूर्व काळातल्या एका भारतीय यशवंताची! आज चुकीच्या करिअरमध्ये झगडणाऱ्या अनेक तरुणांच्या जीवनाचं त्यांच्याशी बरंच साधर्म्य आढळतं!

सर सी. व्ही. रामन बालपणी अतिशय हुशार होते. वयाच्या अवघ्या सोळाव्या वर्षी त्यांना भौतिकशास्त्रातलं सुवर्णपदक मिळालं होतं आणि वयाच्या अठराव्या वर्षी तत्त्वज्ञानपर मासिकात त्यांचा संशोधनपर लेख प्रसिद्ध झाला होता. मात्र नाजूक तब्येतीमुळे त्यांना पुढचं शिक्षण घेणं शक्य होत नव्हतं. त्या काळी भारतात उच्चशिक्षण घेण्याचे मार्ग अगदी थोडे होते. हुशार विद्यार्थी उच्च शिक्षणासाठी इंग्लंडला जात असत. सर सी. व्ही. रामन यांच्यासमोर कुठला पर्यायच नसल्यामुळे त्यांनी १९०७ साली 'फायनान्शिअल सिव्हिल सर्व्हिसेस'ची परीक्षा दिली. त्यानंतर त्यांची कोलकात्याला 'असिस्टंट अकाऊंटंट जनरल'पदी नियुक्ती झाली. असं म्हणतात की, एके दिवशी कामावरून घरी परत येताना त्यांची नजर एका बोर्डवर पडली. त्यावर लिहिलं होतं, 'इंडियन असोसिएशन फॉर द कल्टिव्हेशन ऑफ सायन्स.' ते औत्सुक्याने त्या प्रयोगशाळेत गेले. तिथे त्यांना त्यांचे सर्व प्रयोग करता आले. पहिली दहा वर्ष ते जवळपास एकटेच काम करत होते. त्या दरम्यान त्यांचे सत्तावीस संशोधन प्रबंध प्रसिद्ध झाले आणि अखेर या साऱ्यावर कळस चढवला तो 'रामन परिणामाने' आणि त्यानंतर दोन वर्षांनी मिळालेल्या नोबेल पुरस्काराने!

सी. व्ही. रामन यांची कामगिरी याची साक्ष देते की, असामान्य कामगिरी घडवण्यासाठी परिपूर्ण शिक्षण अथवा परिपूर्ण नोकरीची गरज नसते. त्यांना या दोन्ही गोष्टी मिळाल्या नाहीत, तरीही त्यांनी मार्ग शोधला. त्यांनी हे सर्व साध्य केलं ते जीवनाने त्यांना संधी बहाल केल्यामुळे नाही, तर त्यांनी त्यांच्या स्वप्नांची पाठ कधीही सोडली नाही म्हणून!

त्यांचे चरित्रकार जगदीश मेहरा यांनी म्हटलं आहे , "सर्वस्वी भारतात शिक्षण घेतलेल्या रामन यांनी ज्या काळात अगदी मोजके भारतीय लोक पूर्णतः

एकेकट्यानं काम करत होते आणि अगदी थोड्या लोकांनी विज्ञान हा विषय करिअर म्हणून निवडला होता त्या काळात अशी लक्षणीय कामगिरी केली आहे. भारतीय विज्ञानाची जडणघडण करणारे रामन महात्मा गांधी आणि जवाहरलाल नेहरू यांच्याप्रमाणेच भारतातील राजकीय आणि सांस्कृतिक पुनरुज्जीवनाचे नायक म्हणून उदयास आले.''

रामन यांची कथा एडिसन यांच्या विधानाला पुष्टी देते–
''हार मानणे ही आपली सर्वांत मोठी कमजोरी असते. यशाचा सर्वांत खात्रीचा मार्ग म्हणजे कायम आणखी एकदा प्रयत्न करून पाहा.''

सर सी. व्ही. रामन यांच्या निधनाआधी काही दिवस ते आणखी एक असामान्य शास्त्रज्ञ– एम. एस. स्वामीनाथन यांच्या घरी पाहुणे म्हणून गेले होते. तेही रामन यांच्यासारखेच दक्षिणेकडच्या एका छोट्या गावातून आले होते.

१९६० च्या दशकात भारत बिकट अवस्थेत होता. सर्वत्र भयानक दुष्काळाचं सावट होतं आणि सामान्य भारतीय माणसाला रोजच्या जेवणासाठी आयात केलेल्या धान्यावर अवलंबून राहावं लागत होतं. आजच्या समृद्ध काळात यावर विश्वास बसणं कठीण आहे. पण दुष्काळ आपल्या उंबरठ्याशी केवळ उभा नव्हता, तर तो लोकांचे प्राण घेत होता. एम. एस. स्वामीनाथन यांच्या चरित्रकार गीता गोपालकृष्णन् यांनी एक प्रसंग सांगितला आहे. बीबीसी टीव्हीचे लोक भारतात दुष्काळी परिस्थितीचं चित्रण करण्यासाठी आले होते. त्यांच्या कार्यक्रमाच्या अखेरच्या दिवशी त्यांच्या निर्मात्याने स्वामीनाथन यांना विचारलं, "तुमची जनता आणखी दहा वर्षांत उपासमारीने मृत्युमुखी पडेल असे अंदाज वर्तवण्यात आले आहेत, याची तुम्हाला कल्पना नाही का?''

यावर स्वामीनाथन यांच्याकडून मिळालेलं उत्तर अतिशय आश्चर्यकारक होतं,
''१९६८ सालचा (त्यानंतर दोन वर्षांनी) गव्हाचा सुगीचा हंगाम भारताचे कृषी क्षेत्रातील नशीब बदलून टाकेल. त्या वर्षी आपण गव्हाच्या क्रांतीचा आरंभ पाहू आणि आमच्या भोवती असलेल्या निराशेच्या सागरात तीच आश्वासक ज्योत बनेल.''

सर्वत्र निराशेचं काळं मळभ दाटलेलं असताना या शांत स्वभावाच्या शास्त्रज्ञाने नेमका कशाच्या आधारावर हा जरा जादाच वाटण्याजोगा अंदाज वर्तवला

असेल? आणि त्याहून महत्त्वाचं म्हणजे त्यांनी हे विधान कशाच्या आधारावर केलं असेल?

भारतातले एक अग्रेसर कृषी वैज्ञानिक एम. एस. स्वामीनाथन यांचं बालपण मोणकोम्बू (केरळमधलं एक खेडं) मधल्या ताज्या-टवटवीत, हिरव्यागार भातशेतांच्या सान्निध्यात आणि कुंभकोणम् (तामिळनाडूमधलं एक गाव) इथे गेलं. त्यांचे वडील शल्यविशारद होते. त्यांचं बालपण तसं मजेत पुढे सरकत होतं. परंतु काही काळाने त्यांचे वडील निवर्तले. त्यांचे काका त्यांच्या कुटुंबाची प्रेमाने काळजी घेत असले तरी त्यांना तुटपुंज्या मिळकतीवर भागवावं लागत होतं. शालेय शिक्षण झाल्यानंतर त्यांच्या लक्षात आलं की, आपल्याला शेतीमध्ये जास्त रस वाटू लागला आहे. कदाचित, बालपणी त्यांना आवडणाऱ्या भाताच्या शेतांची त्यांच्या मनावर अजूनही मोहिनी असावी. त्यातूनच हा रस निर्माण झाला असेल! ते काहीही असलं तरी, त्याच दरम्यान संपूर्ण देशात तांदळाची प्रचंड टंचाई निर्माण झाली होती. सामान्य कुटुंबाला दोन वेळा भाताचं जेवण परवडत नव्हतं. त्यामुळे स्वामीनाथन यांच्या काकूने पर्याय म्हणून जेवणात आरारूट वापरायला सुरुवात केली.

स्वामीनाथन यांचा शेती विषयातला रस ओळखून त्यांच्या मित्रांनी त्यांना शेती करण्याचा आग्रह धरला. पण नाही, त्यांना काहीतरी वेगळं करायचं होतं. भारताला अन्नधान्य उत्पादनात स्वयंपूर्ण करणं हे त्यांचं ध्येय होतं. छोट्या शेतकऱ्याच्या सरासरी उत्पादनात वाढ होण्यासाठी त्याला साहाय्य करण्याची त्यांची इच्छा होती. ही त्यांची इच्छा इतकी तीव्र होती की, त्यांना शेतकऱ्यांना समृद्ध करण्याचा, त्यांना एकाच क्षेत्राचं नव्हे, तर जीवनाच्या प्रत्येक पैलूचं शिक्षण देण्याच्या कामात सहभागी होण्याची इच्छा होती. हे ध्येय साध्य करण्याचा फक्त एकच मार्ग होता आणि तो म्हणजे कृषी वैज्ञानिक बनणे.

कृषी वैज्ञानिक?

त्यांच्या अत्युत्कृष्ट शैक्षणिक कारकीर्दीने त्यांना वैद्यकीय अथवा अभियांत्रिकी अशा स्वप्नातल्या अभ्यासक्रमाला सहज प्रवेश मिळवून दिला असता! अशा वेळी इतकं छान आशादायक भविष्य त्या काळी 'बेभरवशाचं क्षेत्र' मानलं जाणाऱ्या गोष्टीसाठी उधळून देणं म्हणजे करंटेपणाच ठरणार होता. पण म्हणतात ना, दृढनिश्चयी माणूस आणि त्याचं स्वप्न यादरम्यान कोणतीच गोष्ट येऊ शकत नाही. त्याप्रमाणे स्वामीनाथन पुढे जात राहिले... ते पदवीधर झाले आणि त्यानंतर दिल्लीला 'इंडियन ॲग्रिकल्चरल रीसर्च इन्स्टिट्यूट' (IARI) मध्ये रुजू झाले. या

संस्थेतून पदव्युत्तर शिक्षण घेतल्यानंतर ते घरच्यांच्या आग्रहामुळे 'सिव्हिल सर्व्हिसेस'च्या परीक्षेला बसले. ही परीक्षा उत्तीर्ण झाल्यानंतर सुरक्षित आणि कायमची सरकारी नोकरी मिळण्याची हमी होती. त्या काळी हा 'ड्रीम जॉब' मानला जात असे.

भारताच्या दृष्टीने सुदैवाची गोष्ट म्हणजे त्यांची अशा भवितव्यातून सुटका झाली. त्यांना युनेस्कोमार्फत नेदरलँड्समध्ये 'जेनेटिक्स' (जीवशास्त्रातले अनुवंशिकतेचे शास्त्र) विषयाचा अभ्यास करण्यासाठी फेलोशिप मिळाली. त्यानंतर ते इंग्लंडला रवाना झाले. तिथे त्यांनी केंब्रिजमध्ये शिक्षण घेतलं. त्यानंतर ते अमेरिकेत गेले. तिथे त्यांना विस्कॉन्सिन विद्यापीठात जेनेटिक्स विभागात 'पोस्ट-डॉक्टरल रीसर्च असोसिएटशिप' देऊ करण्यात आली. पण त्यांच्या फेलोशिपचा कालावधी संपल्यानंतर पुढे तिथेच काम करत राहण्याचा प्रस्ताव त्यांनी नाकारला. त्यांचा परदेशी शिक्षण घेण्याचा पूर्ण उद्देश भारतीय कृषिक्षेत्राची सेवा करणे हाच असल्याचं त्यांनी त्या लोकांना सांगितलं.

आश्चर्याची गोष्ट म्हणजे, ते भारतात परत आले तेव्हा त्यांना नोकरी नव्हती. तीन महिने काहीही न करता त्यांना घरी बसावं लागलं! योगायोगाने त्यांची भेट त्यांच्या एका माजी प्रोफेसरांशी झाली. त्यातूनच त्यांना नोकरीची संधी चालून आली. तिथे त्यांना त्यांच्या ज्ञानाचा वापर करण्याचीही संधी मिळाली. त्यानंतर काही काळातच ते नवी दिल्ली इथे IARI मध्ये गेले आणि तिथे त्यांनी भारताच्या हरितक्रांतीची शब्दश: बीजं रोवली. त्यांनी धान्याचा नवा क्रांतिकारी प्रकार सादर केला. काही अंशी जपानी आणि काही अंशी मेक्सिकन अशा या मिश्रजातीय गव्हाचं देशी गव्हाच्या नमुन्यांच्या दुप्पट ते तिप्पट उत्पादन मिळालं.

अशा प्रकारची आशादायक धान्यनिर्मिती होऊनही त्यांना शंकाकुशंका आणि संशयी वृत्तीच्या अडथळ्यांना तोंड द्यावं लागलं. त्यामुळे त्यांनी या नव्या धान्यप्रकाराची गुणवैशिष्ट्यं शेतकऱ्यांना सोदाहरण दाखवण्यासाठी, कृषी मंत्रालयाला सर्व बाबी पटवून देऊन सर्व आक्षेप आणि प्रश्न पुसून काढले. अखेर त्यांनी जेव्हा नोकरशाहीचे अगणित अडथळे पार करून, शेतकऱ्यांना या नव्या धान्यप्रकाराची गुणवैशिष्ट्यं दाखवली तेव्हा ते अतिहर्षभरित झाले आणि लगेचच भारताची हरितक्रांतीच्या दिशेने वाटचाल सुरू झाली.

१९६८ साली, भारतातल्या गहू उत्पादनाने १२ दशलक्ष टनांवरून १७ दशलक्ष टनांवर झेप घेतली. १९७१ साली भारत अन्नधान्यनिर्मितीत स्वयंपूर्ण

बनल्याचं अधिकृतरीत्या घोषित झालं. अशा प्रकारे भारतातल्या एका छोट्याशा खेड्यातल्या तरुणानं दीर्घकाळ मनात जपलेलं, त्या काळी अशक्य कोटीतलं वाटण्याजोगं स्वप्न अखेर साकार झालं!

अशा प्रकारे, अमेरिकेतल्या छोट्याशा गावातल्या धर्मगुरूचा मुलगा असो वा भारताच्या दक्षिण टोकाला राहणाऱ्या एका नावबांधणी करणाऱ्याचा मुलगा असो, की न आवडणारी नोकरी करणारा नाजूक तब्येतीचा तरुण असो वा आपल्या देशवासीयांची उपासमार संपवण्याचं स्वप्न पाहणारा, वडिलांचं छत्र बालपणीच गमावलेला मुलगा असो, की पहिल्यावहिल्या नोकरीच्या ठिकाणी मैलोन्मैल रस्ता तुडवत जाणारा, पण प्रत्येक माणसाला स्वत:ची मोटरगाडी देण्याचं स्वप्न उराशी बाळगणारा तरुण असो... ही सगळी अभूतपूर्व कामगिरी घडवणाऱ्यांची वैशिष्ट्यपूर्ण उदाहरणं आहेत. अशा कामगिरीचा तुम्ही कोणत्या काळात जगत आहात, तुम्ही कोणत्या परिस्थितीत जन्माला आला आहात किंवा आयुष्याने तुमच्याकडून कोणत्या संधी हिरावून घेतल्या आहेत अशा गोष्टींशी काहीही संबंध नसतो. या साऱ्यांनी काळाच्या कसोटीवर स्वत:चं कर्तृत्व सिद्ध केलं आहे आणि यशप्राप्तीच्या मर्यादा माणसाच्या मनातच असतात, ही गोष्टही सिद्ध केली आहे. खरंतर, आपण त्यांच्यापेक्षा जास्त भाग्यवान आहोत.

मी असा विचार करू लागलो आहे की, सुदैव ही इतकी चांगली गोष्ट नसावी... त्यामुळे लोक फक्त आळशी होत असावेत! म्हणून स्वप्नं बघा. कृती करा आणि चिकाटीने त्यांचा पिच्छा पुरवा. दुर्दैवाची गोष्ट अशी की, यातल्या पहिल्या गोष्टीला इतर दोन गोष्टींविना काहीच अर्थ उरणार नाही!

विन्स्टन चर्चिल यांनी म्हटलंच आहे, **'नेव्हर, नेव्हर, नेव्हर, नेव्हर गिव्ह अप.'**
'...प्रयत्नांची कास कधीच सोडू नका.'

तुमच्या उद्योगात प्रवीण बना

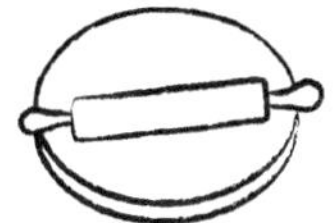

तुम्हाला कोणत्या विषयात अधिक गती आहे, ते शोधून काढा. देवाने प्रत्येकाला कोणती ना कोणती कौशल्यं बहाल केली आहेत. काहींना ती जरा जास्तच लाभली असतील. पण प्रत्येक माणसाला काही ना काही देणगी लाभलेली आहेच. ज्याद्वारे तो इतर कशाहीपेक्षा त्यामध्ये पुढे जातो.

मग ते सर्वांत हलकीफुलकी आणि अगदी अचूक गोलाकार चपाती लाटण्यासारखं प्रापंचिक कौशल्य असेल वा हवेच्या पातळ थरातून पैसे निर्माण करण्याचं कौशल्य असेल!

कौशल्य कोणतंही असो, तुम्ही ते ओळखणं महत्त्वाचं! एकदा का ही पायरी ओलांडली की, तुमची सगळी शक्ती त्या कौशल्यामागे उभी करा. ते घासूनपुसून चकचकीत करा. ते अधिक सुधारून घ्या. परिपूर्ण करा. मग लवकरच सगळं जग तुमच्या दाराशी येईल. कारण तुम्ही ती गोष्ट तुमच्या माहितीतल्या कोणाहीपेक्षा अधिक चांगली करता.

इमर्सननी एके ठिकाणी म्हटलं आहे, **'तुम्ही उंदीर पकडण्याचा अधिक चांगला सापळा बनवा, जग तुमच्या दाराशी येईल.'**

यातला मुद्दा असा की, उंदीर पकडण्याच्या सापळ्याइतकी साधी गोष्टसुद्धा इतरांपेक्षा अधिक चांगली बनली, तर ती तुम्हाला यशाप्रत नेऊ शकते.

आज फोर्ब्जच्या यादीत असणारे करसनभाई पटेल आणि त्यांच्या 'निरमा' या साध्याशा डिटर्जंट पावडरची कथा पाहा. त्याचा विचार करा. ही वस्तू काय होती?

धुण्याची पावडर! पण त्यांनी त्यांची कौशल्यं आणि रसायनांचं ज्ञान वापरलं. हे आपलं बलस्थान आहे, हे त्यांना माहीत होतं. त्यांनी त्यानुसार काम केलं आणि बरीच जास्त किंमत असलेल्या 'सर्फ'ला देशी, पर्यावरणपूरक आणि अगदी स्वस्त पर्याय निर्माण केला! त्यानंतरचा इतिहास सर्वज्ञात आहे.

करसनभाई पटेल यांनी प्रयोगशाळा तंत्रज्ञ म्हणून करिअरला प्रारंभ केला. उत्तर गुजरातमधल्या एका शेतकरी कुटुंबात जन्मलेल्या करसनभाईंनी वयाच्या एकविसाव्या वर्षी अहमदाबादमध्ये कामाला सुरुवात केली. ते रसायनशास्त्र विषय घेऊन बी.एस्सी. झाले होते... दरवर्षी कॉलेजेसमधून ढिगाने बाहेर पडणाऱ्या तरुणांसारखेच एक पदवीधर! १९६० च्या दशकातसुद्धा त्यांना गुजरात सरकारच्या भूगर्भशास्त्र आणि खनीकर्म विभागात केमिस्ट म्हणून चांगला पगार मिळत नव्हता. त्यांना महिना फक्त चारशे रुपयांच्या जवळपास पगार मिळत असे. त्यांनी स्वत:मधलं सामर्थ्य शोधलं ते आर्थिक गरजेतून! पगाराव्यतिरिक्त आणखी पैसे मिळवण्यासाठी त्यांनी त्यांच्या रसायनांच्या ज्ञानाचा वापर करायला सुरुवात केली.

आधी १९६० च्या दशकातल्या अहमदाबादबद्दल थोडं सांगतो. हे तसं काटकसरी गाव होतं आणि अजूनही आहे. १९६० च्या दशकात फार थोड्या गृहिणींना धुण्याच्या पावडरवर पैसे खर्च करणं परवडण्याजोगं होतं. त्या काळी सर्वांत मोठा ब्रँड असणारं 'सर्फ' १३ रुपये किलो दराने विकलं जात होतं. अहमदाबादमधल्या मोठ्या एकत्र कुटुंबाच्या दृष्टीने हा खर्च फारच जास्त होता. कारण त्यांना दैनंदिन वापरासाठी धुण्याची पावडर भरपूर प्रमाणात लागत असे. त्यामुळे बहुतांश मध्यमवर्गीय घरांमध्ये कमी दराचे धुण्याचे साबण वापरले जात असत, तर बाकीचे लोक साबणातले काही मूलभूत घटक एकत्र मिसळून मोठ्या कल्पकपणे घरच्या घरीच साबण तयार करत असत.

ही उणीव ठळकपणे दिसत होती. बारीक नजर असणाऱ्या व्यक्तीला ती लगेच ओळखता आली असती. ती उणीव म्हणजे परवडण्याजोग्या दरात मिळणारी चांगली धुण्याची पावडर. करसनभाई या रसायनशास्त्रातल्या पदवीधर व्यक्तीने स्वत:मधल्या उद्योजकाला जागं केलं तेव्हा कौशल्य आणि संधी यांचा मिलाफ घडला आणि त्यांनी स्वत: त्यांच्या घरी यशाचा 'फॉर्म्युला' निर्माण केला. त्यांच्या या फॉर्म्युल्यामुळे अमडावाडीतल्या गृहिणींना धुण्याच्या पावडरचा अधिक चांगला

पर्याय लाभला. हा पर्याय त्या वापरत असलेल्या धुण्याच्या साबणापेक्षा अधिक प्रभावी कामगिरी घडवत होता आणि त्यांनी घरी बनवलेल्या धुण्याच्या पावडरइतकाच स्वस्त होता. शिवाय घरी साबण तयार करण्याचं झंझट नव्हतं!

अर्थात उत्पादन बनवल्यानंतर फक्त अर्धी लढाई जिंकली होती. आता ते विकलं जायला हवं होतं. करसनभाईंनी त्यांच्या धुण्याच्या पावडरचं 'निरमा' असं नामकरण केलं होतं. 'निरमा'च्या मार्केटिंगच्या यशामागे करसनभाईंचंच डोकं होतं. ते सायकलवरून कामावर जात असत. त्यावेळी त्यांनी ३ रुपयांची पावडरची पाकिटं वितरीत करायला सुरुवात केली. त्यांनी अत्यंत घासाघीस करण्याची वृत्ती असणाऱ्या गृहिणींना पैसे परत करण्याची हमी दिली... आणि हळूहळू 'निरमा' हे नाव घराघरांत पोहोचलं... आणि अखेर, मातब्बर 'सर्फ'ला मागे टाकण्याइतकं मोठं झालं.

आता आपण अहमदाबादमधल्या धुण्याच्या साबणावरून चेन्नईच्या नृत्यमंदिराकडे वळूया. ही कहाणी आहे आणखी एका असामान्य व्यक्तीची! या व्यक्तीने संपूर्ण देशाला एक नृत्यप्रकार दिला. तो अतिशय लोकप्रिय बनला. परदेशात आपल्या देशाची ओळख बनला! होय, मी कलेचं पुनरुज्जीवन घडवणाऱ्या महान रुक्मिणीदेवी अरुन्दले आणि त्यांच्या *भरतनाट्यम्विषयी* बोलतोय.

आज आपल्याला *'भरतनाट्यम्'* हा जो नृत्यप्रकार माहीत आहे त्याची निर्मिती रुक्मिणीदेवी अरुन्दले या तरुणीने १९३० च्या दशकात केली. सर्वप्रथम या असामान्य महिलेबद्दल थोडंसं जाणून घेऊया. रुक्मिणीदेवींचा जन्म ब्राह्मण कुटुंबात झाला. त्यांच्या वडिलांनी ब्रह्मविद्येच्या विश्वाशी त्यांची सर्वप्रथम ओळख करून दिली. पुढे याच विश्वात त्यांना त्यांचे भावी पती– डॉ. अरुन्दले भेटले आणि हाच त्यांचा जीवनमार्गही बनला.

मात्र नृत्यांगना होण्याचा विचार त्यांच्या डोक्यात आला तो सुप्रसिद्ध बॅले नृत्यांगना ॲना पावलोवा यांच्यामुळे! रुक्मिणीदेवी आणि त्यांच्या पतीला मुंबई ते ऑस्ट्रेलिया या जलप्रवासादरम्यान त्यांना भेटण्याचं भाग्य लाभलं. रुक्मिणीदेवी प्रथम बॅले हा नृत्यप्रकार शिकल्या. त्यानंतर ॲना पावलोवा यांनी त्यांना पारंपरिक भारतीय नृत्यप्रकार जाणून घेण्यास प्रोत्साहित केलं. मग त्यांनी त्या दृष्टीने शोध घेतला असता त्यांना आढळलं की, इथे बऱ्याच सुंदर परंपरा आहेत. पण काळाच्या ओघात त्यांच्याकडे दुर्लक्ष झालं आहे, काहींची अपकीर्ती झाली आहे.

एके दिवशी त्यांना *'सधिर'* नामक एक नृत्याविष्कार पाहायला मिळाला. हा

त्या काळातल्या *देवदासींचा* नृत्यप्रकार होता. हा मनोरंजनाचा प्रकार सामान्य अभिरुचीचा मानला जात असे. हा त्या काळातल्या उच्चकुलीन महिलांनी, त्यातसुद्धा रुक्मिणीदेवींसारख्या ब्राह्मण कुटुंबातल्या महिलेने शिकण्याचा नृत्यप्रकार नव्हता. पण रुक्मिणीदेवींना नृत्यप्रकाराची विशिष्ट दृष्टी (Vision) होती. श्री शंकर मेनन म्हणतात त्याप्रमाणे, 'या नृत्यप्रकारातले आक्षेपाई बनवण्यात आलेले भाग काढून टाकणं हे त्यांचं ध्येय होतं. म्हणजे लोकांना हा नृत्यप्रकार शिकता येईल. या नृत्यप्रकारात हे भाग ते पाहणाऱ्या लोकांना खूश करण्यासाठी समाविष्ट केले गेले होते. हे भाग काढून टाकल्यानंतर जे काही उरणार होतं, ते निव्वळ आध्यात्मिक असणार होतं.'

अशा प्रकारे, समाजाकडून बोचरी टीका सोसावी लागत असूनही त्यांनी या कलेत पारंगत होण्यासाठी तनमन अर्पून स्वत:ला या साधनेत झोकून दिलं. हे सोपं नव्हतं. *'सधिर'* हा लोकप्रिय नृत्यप्रकार नसल्यामुळे, हे नृत्य शिकण्यासाठी गुरू शोधणं कठीण होतं. त्यांना नृत्य शिकण्यासाठी त्या काळातल्या नृत्यप्रवीण लोकांची पुन:पुन्हा आर्जवं करावी लागली. अखेर त्या पन्दनल्लूर मीनाक्षी सुंदरम पिल्लाई यांचं मन वळवण्यात यशस्वी झाल्या. या नृत्यगुरू महोदयांच्या नृत्याविष्काराने त्या या नृत्यप्रकाराकडे आकर्षित झाल्या होत्या. त्यांनी रुक्मिणीदेवींना अतिशय खडतर वेळापत्रकानुसार नृत्यशिक्षण दिलं. सकाळी सात ते सायंकाळी सात या वेळेत त्या कठोर साधना करत असत. यामध्ये फक्त एक तास जेवणाची सुट्टी असे. कधीकधी तर गुरुजींना वाटायचं की, आज रुक्मिणीदेवींनी पुरेसा सराव केलेला नाही; मग ते त्यांना पुन्हा रात्री बोलावून शिकवत असत. पण रुक्मिणीदेवींनी हे सगळं हसत पूर्ण केलं. त्यांनी तिथल्या प्रत्येक क्षणाचा आनंद लुटला.

अखेर, त्या *'अरंगेत्रम'* (पहिला जाहीर कार्यक्रम) साठी तयार झाल्या. त्यावेळी त्या साधारण ३४ वर्षांच्या होत्या. पण त्यांचा कलाविष्कार इतका जादुई होता की, श्रोतृवृंदातल्या सर्व साशंक मंडळींचं मतपरिवर्तन घडलं. चेन्नईतले त्या वेळचे अनेक थोर स्त्री-पुरुष त्या कार्यक्रमाला उपस्थित होते. ते लोक येण्याचं मुख्य कारण होतं, डॉ. अरुन्दले. डॉ. अरुन्दले यांचा नावलौकिक खूप मोठा होता. रुक्मिणीदेवींनी नृत्यातली वैषयिक प्रेम सूचित करणारी प्रत्येक मुद्रा काढून टाकून आध्यात्मिक अनुभूती दिल्याने सर्व उपस्थित प्रभावित झाले होते. त्यांनी नृत्याला ध्यानाचा स्पर्श घडवला होता. पौराणिक दागदागिन्यांचा वापर केला होता. साथीच्या वाद्यांमध्ये व्हायोलिनचा समावेश केला होता. ई. कृष्णा यांच्यासोबत त्यांनी या नव्या, अभिजात नृत्यप्रकाराचं नामकरणही केलं– *भरतनाट्यम्!*

रुक्मिणीदेवींच्या खडतर तपश्चर्येचं भरपूर कौतुक झालं तरी आपला प्रवास

आत्ता कुठे सुरू झाला आहे, ही गोष्ट त्या ओळखून होत्या. कोणत्याही कला प्रकाराला तो पुढे नेण्यासाठी भवितव्याची गरज असते. त्यामुळे त्यांनी अकादमी उघडण्याचं ठरवलं. यासाठी विद्यार्थी मिळवणं सोपं नव्हतं. कारण 'चांगल्या घरातलं' कुणी नृत्य शिकायला पुढे येणार नव्हतं. त्यामुळे त्यांना विद्यार्थी गोळा करण्यासाठी माणसं पाठवावी लागत असत. हळूहळू आणि खूप परिश्रमांनी पुढे आंतरराष्ट्रीय स्तरावर नावाजल्या गेलेल्या 'कलाक्षेत्र' या कलाकेंद्राला आकार येऊ लागला आणि एके काळी असंस्कृत आणि खालच्या मानल्या गेलेल्या नृत्यप्रकाराची ही आध्यात्मिक अभिव्यक्ती, हा कलाविष्कार पाहणाऱ्या प्रत्येकाच्या मनाला, त्यांच्या आत्म्याला आनंद देऊ लागली.

याचं सर्व श्रेय अदम्य जिद्दीच्या एका तरुणीला आहे. तिने जे काही केलं ते इतकं उत्तम केलं की, तिने परंपरा बदलली आणि एवढंच नव्हे तर तिच्या पाऊलखुणा गिरवण्यासाठी जग तिच्या दाराशी आलं.

असाच झपाटलेला आणि समर्पित वृत्तीचा आणखी एक तरुण. उद्योग, राजकारण आणि समाजसेवेचा समृद्ध इतिहास असलेल्या कुटुंबात त्याचा जन्म झाला. पण त्याला पूर्वसुरींपेक्षा वेगळं असं बुद्धीचं वरदान लाभलं होतं. या वरदानाने जगाची बोलण्याची, कामाची, जगण्याची आणि परस्परसंपर्काची पद्धत बदलणार होती. हा तरुण म्हणजे बिल गेट्स.

बिल गेट्स यांचा उपजत गणिती कल होता. इतर बऱ्याच हुशार विद्यार्थ्यांप्रमाणेच त्यांनी शालेय जीवनात गणितात उत्तम कामगिरी केली. पण आपल्या सर्वांच्या सुदैवाने, शाळेत संगणकाच्या अगदी प्रारंभिक आवृत्तीशी त्यांचा संबंध आला. जणू त्यांची भेट घडण्याचाच अवकाश होता! त्यानंतर त्यांना या यंत्रापासून दूर ठेवणं अशक्य झालं. ते आणि त्यांचे जिवलग मित्र पॉल ॲलेन या यंत्रासोबत शक्य तितका वेळ घालवण्यासाठी शक्य ते सर्व मार्ग शोधू लागले. त्यासाठी कितीही किंमत मोजावी लागली तरी त्यांना त्याची पर्वा नव्हती. त्यामुळे त्यांचा शाळेतला अभ्यास मागे पडू लागला. ते बरेचदा संगणक कक्षात जाण्यासाठी वर्ग बुडवताना रंगेहाथ पकडले जाऊ लागले. या नव्या तंत्रज्ञानाशी जुळलेलं उत्कट प्रेमप्रकरण पुढं चालू ठेवण्यासाठी त्यांनी सर्वतोपरी प्रयत्न केले. त्यामुळे त्यांनी संगणकविषयक सर्व बाबी भोवतीच्या इतरांपेक्षा जलद आत्मसात केल्या, यात

नवल कसलं! लवकरच त्यांच्या लक्षात आलं की, हाच आपला जीवनमार्ग आहे. आता प्रश्न फक्त एवढाच होता की, यासाठी *त्यांना पूर्ण वेळ देणं कधी शक्य होणार?*

असं म्हणतात की, जे लोक संधीच्या शोधात असतात त्यांच्यासमोर ती स्वतःहून हजर होते. बिल आणि पॉल यांच्या बाबतीत असंच घडलं. हार्वर्डमध्ये असणाऱ्या बिल गेट्सना भेटायला निघालेल्या पॉल ॲलेनना योगायोगाने एका मासिकात संधी आढळली. त्यामध्ये कमर्शिअल मॉडेल्सशी स्पर्धा करणाऱ्या पहिल्या जागतिक मायक्रोकॉम्प्युटर किटविषयी उद्घोषणा होती. ते ज्या संधीचं स्वप्न पाहत होते तीच ही संधी होती. त्यांनी त्या संगणक बनवणाऱ्या कंपनीला फोन करून सांगितलं की, आम्ही तुमच्या मशीनवर चालण्याजोगा 'प्रोग्रॅम' तयार केला आहे... खरंतर प्रत्यक्षात असं काही तयार नव्हतंच!

त्या कंपनीने त्यांना 'ट्रायल रन' देण्याचं मान्य केलं आणि मग या दोघांनी तो प्रोग्रॅम तयार करण्यासाठी दिवसरात्र एक केले. त्यांनी तो विशिष्ट प्रकारचा संगणक किंवा तो चालवण्यासाठी वापरली जाणारी 'चीप' कधी पाहिलीसुद्धा नव्हती. ज्या दिवशी त्यांनी 'डेमो' दाखवले आणि प्रोग्रॅम टाईप करण्यासाठी मशीनवर बसले, तेव्हा *त्यांनी पहिल्यांदा ते मशीन वापरलं होतं...* आणि त्यांनी त्यांचा प्रोग्रॅम बिनचूकपणे सादर केला! अशा प्रकारे, त्यांच्या मायक्रोसॉफ्ट कंपनीच्या उभारणीचा आरंभ झाला... *त्यानंतर खऱ्याखुऱ्या महान गोष्टी वास्तवात साकार होणार होत्या.*

बिल गेट्स यांची नवोपक्रमशीलता, स्वतःच्या बुद्धिमत्तेला सतत झळाळी देत राहण्याची त्यांची स्तुत्य धडपड, त्यांच्या क्षेत्रातलं त्यांचं नैपुण्य या गोष्टींनी सॉफ्टवेअरशी आणि संगणकविश्वाशी संबंधित कोणतीही गोष्ट म्हणजे बिल गेट्स असं समीकरण बनलं. आपल्या उद्योगात नैपुण्य मिळवणारा हा माणूस संपूर्ण उद्योगाच्या विकासाचा मंत्र बनला. एवढंच नव्हे तर या मार्गातल्या सर्व नवोपक्रमांचा अग्रणी बनला. हे एक वैशिष्ट्यपूर्ण उदाहरण आहे.

'द रोड अहेड' या त्यांच्या पुस्तकात त्यांनी १९९५ सालीच भाकित वर्तवलं होतं– **'तुम्ही तुमच्या डेस्कशी वा आरामखुर्चीत बसून बिझनेस करू शकाल, अभ्यास करू शकाल, जग शोधू शकाल, निरनिराळ्या संस्कृती जाणून घेऊ शकाल, कसलीही छानशी करमणूक मिळवू शकाल, मित्र जोडू शकाल, जवळच्या बाजारपेठांत फेरफटका मारू शकाल आणि दूर अंतरावर असलेल्या नातेवाइकांना फोटो दाखवू शकाल, असा दिवस दूर नाही. हे तुम्ही सोबत नेता अशी एखादी वस्तू किंवा खरेदी करता असे**

एखादे उपकरण यापेक्षा थोडे अधिक असेल इतकेच! हा तुमच्या नव्या जीवनाचा 'पासपोर्ट' असेल.'

...आणि आज आपण त्यांचं स्वप्न प्रत्यक्षात जगत आहोत. त्यांनी जसं स्वप्न पाहिलं होतं, अगदी तसंच! आपण जे काही करू शकतो, त्यामध्ये सर्वोत्तमता साध्य करण्यासाठी स्वत:ला वाहून घेण्याच्या बांधीलकीची ही शक्ती असते. कदाचित तुमची गणना हे करणाऱ्या मोजक्या लोकांमध्ये होत असेल. पण तुम्ही केवळ स्वत:चंच नाही तर तुमच्या सभोवतीच्या लोकांचंही जीवन सुधारता. गेट्स आणि ॲलेननी ज्यावेळी संगणकक्षेत्रात प्रवेश केला, त्यावेळी या क्षेत्रात फारशी माणसं नव्हती. पण आपण नव्या आणि अपरिचित क्षेत्रात आलो आहोत, या गोष्टीची त्यांनी पर्वा केली नाही.

त्यांनी आकड्यांमध्ये सुरक्षितता शोधली नाही किंवा करिअरमध्ये पारंपरिक वाटा तुडवल्या नाहीत. त्यांच्या दृढ बांधीलकीने काय घडवलं पाहा... आज जग संगणकांशिवाय चालूच शकत नाही!

मी या प्रकरणात याआधी नमूद केलंच आहे त्यानुसार, तुमचं दैवदत्त कौशल्य कोणत्या क्षेत्रातलं आहे, या गोष्टीने काहीही फरक पडत नाही, फक्त तुम्हाला ते शोधता आलं पाहिजे आणि तुम्ही त्याचा जास्तीत जास्त वापर करून घेण्याच्या दिशेने परिश्रम केले पाहिजेत... मग जग तुमच्या दाराशी येईल.

यापुढच्या उदाहरणातून हेच दिसून येईल. या व्यक्तीजवळ बिल गेट्स यांच्यासारखी असामान्य तांत्रिक कौशल्यं नसतील. पण आज ते साऱ्या जगाला खाऊ घालत आहेत!

ही कथा आहे नोबिन दास यांची. नोबिन दास 'केसी दास ॲन्ड सन्स'च्या सुप्रसिद्ध के. सी. दास यांचे पिता. त्यांनी जगभरातल्या *रसगुल्ला* या पारंपरिक मिठाईला नवं रूप बहाल करून जगभरातल्या अनेक रसगुल्लाप्रेमींची रसनातृप्ती केली आहे. याला दंतकथा म्हणा, काल्पनिक कहाणी म्हणा! ही कथा आहे एका पारंपरिक उडिया मिठाईची. त्याचा संबंध अनेकजण पहाला नामक खेड्याशी जोडतात. भुवनेश्वरपासून उत्तरेला पाच किलोमीटरवर असणारं हे खेडं दास यांच्या सुप्रसिद्ध *रसगुल्ल्यांसाठी* प्रसिद्ध आहे. ही दुग्धजन्य मिठाई कॉटेज चीज म्हणजेच पनीरपासून बनवलेली असते आणि पाकात बुडवलेली असते. मात्र या मूळ पदार्थचं आयुष्य अत्यंत अल्प असतं. दिवसाखेरीज हा पदार्थ खाण्यायोग्य उरत नाही. अगदी आजच्या कार्यक्षम शीतकरण पद्धतीतसुद्धा या पदार्थचं आयुष्य फक्त काही

दिवसांनीच वाढवता येऊ शकतं.

नोबिनचंद्र दास यांची परिस्थिती गरिबीची होती. पित्याचं छत्र हरपलेले नोबिन दास हलवाई होते. मिठाईचं चंद्रमौळी दुकान चालवून ते त्यांच्या विधवा मातेचा आणि घराचा आधार बनले होते. त्यांची मिळकत अगदी तुटपुंजी होती. त्यांच्याजवळ साधनस्त्रोत नसले तरी एक गोष्ट त्यांना येत होती, ती म्हणजे त्यांचा धंदा! त्यांनी पारंपरिक बंगाली मिठाई बनवण्याचं स्वप्न उराशी बाळगलं होतं. काहीतरी नवं करण्याच्या आंतरिक ओढीतून त्यांनी प्रयोग करायचं ठरवलं. त्यांनी *रसगुल्ल्यांच्या* मूळ पाककृतीत जरासा बदल केला, त्यांचं आयुर्मान (Shelf-life) वाढवण्यासाठी त्यामध्ये काही पदार्थ मिसळले आणि १८६८ साली त्यांच्या स्वत:च्या ब्रँडचे, अधिक काळ टिकणारे *रसगुल्ले* प्रथमच जगासमोर सादर केले. त्या काळी त्यांना किती यश मिळालं किंवा काय, ते आपल्याला फारसं माहीत नाही. पण त्यांच्या मुलाने त्यांच्याच पाऊलखुणा गिरवत घवघवीत यश मिळवलं... स्वत:च्या वडिलांचा हा प्रयोग त्यांनी आणखी पुढे नेत डबाबंद रसगुल्ल्यांची उत्तम कल्पना साकारली.

...आणि मग ही स्वर्गीय मिठाई एका दिवसाच्या अथवा कोलकात्याच्या भौगोलिक परिघाच्या मर्यादेत सीमित राहिली नाही. लवकरच सोनेरी पाकात मुरलेल्या *रसगुल्ल्यांचे* डबे दास यांच्या दुकानातून निघून दूरवर भरारी घेऊ लागले. परदेशी स्थलांतर करणाऱ्या बंगाली लोकांच्या सामानातला बराचसा भाग, घरची आठवण देणाऱ्या, तोंडाला पाणी सुटवणाऱ्या या पदार्थाने व्यापू लागला. हे *रसगुल्ले* बिगरबंगाली घरांनाही मोहित करत होते, यात नवल नव्हतं. या तयार रसगुल्ल्यांना लाभलेल्या सततच्या वाढत्या मागणीमुळे नोबिनचंद्र दास आणि त्यांच्या या नव्या प्रयोगाला खाद्यपदार्थांच्या दुनियेत मानाचं स्थान लाभलं.

नोबिनचंद्र दास यांच्याजवळ कुठलं महान, जग बदलवून टाकणारं कौशल्य नव्हतं. अगणित बंगाली आणि उडिया हलवाई लोकांना जे आधीपासूनच माहीत होतं, तेच ज्ञान त्यांना होतं. पण त्यांची आपल्या कौशल्याला धार लावण्याची तळमळ आणि या प्रयत्नांत त्यांनी पुढे टाकलेलं छोटं पाऊल म्हणजे, मिठाई एका दिवसापेक्षा जास्त काळ टिकवण्यासाठी त्यांनी केलेले प्रयत्न! यामुळे त्यांनी अशा कक्षेत प्रवेश केला, जी त्यांच्या तेव्हाच्या आयुष्याच्या कितीतरी पुढे होती.

जेव्हा तुम्ही तुमचं कौशल्य, मग ते कोणतंही असो, परिपूर्ण करण्यासाठी

कठोर परिश्रम घेता तेव्हा अगदी अकल्पितपणे, विश्व तुमच्यासाठी अशा संधी आणि क्षितिजं खुली करतं, ज्यांच्या अस्तित्वाची तुम्ही कधी कल्पनाही केली नसेल. प्रयत्न करून पाहा, मग तुम्हाला प्रत्यक्ष अनुभव येईल की, इतरांच्या बाबतीत नेहमी घडणारे 'सुखद अपघात' आता आश्चर्यकारकरीत्या तुमच्याही बाबतीत घडू लागले आहेत!

साधंसंच काम, पण ते बिनचूकपणे करण्याबद्दल मुंबईच्या *डबेवाल्यांनी* जी ख्याती मिळवली आहे ती मोठी विलक्षण आहे. हा बहुधा सर्वांत साधा व्यवसाय असावा. अर्धशिक्षित लोकांखेरीज आणखी कशाचीही आवश्यकता नसणारा! पण ऑफिसला जाणाऱ्या लोकांना अन्नाचे डबे पोहोचवण्याच्या साध्या उद्योगातली त्यांची कार्यपद्धती जगातल्या सर्वांत नामवंत मॅनेजमेंट स्कूल्समध्ये 'केस-स्टडी' बनली आहे. एवढंच नव्हे तर त्यांनी जगभरातल्या मातब्बर उद्योगपती आणि व्यवस्थापन गुरूंबरोबरच ब्रिटिश राजघराण्याचंही लक्ष वेधून घेतलं आहे.

डबेवाला ही काही नवी संकल्पना नाही. ते गेली १२५ वर्ष त्यांचा उद्योग त्यांच्या गतीने आणि कार्यक्षमतेने करत आहेत. अलीकडच्या काळात ते वाहतूकशास्त्र विषयातला बिनचूकतेचा मापदंड म्हणून प्रसिद्धीच्या झोतात आले आहेत. त्यांना 'सिक्स सिग्मा परफॉर्मन्स'बद्दल गौरवण्यात आलं आहे. (कारण त्यांच्या ठरावीक वेळी योग्य जागी डबे पोहोचवण्याच्या कामातल्या अचूकतेचा दर ९९.९९९९% इतका आहे.) त्यांच्यावर प्रशंसा, पुरस्कार, प्रसारमाध्यमांचं लक्ष या गोष्टींचा वर्षाव सुरू असतानासुद्धा ते त्यांचं काम पूर्वीप्रमाणेच करत आहेत. त्यांना नव्याने लाभलेल्या आंतरराष्ट्रीय मान्यतेमुळे त्यांनी एखादा संप किंवा आणखी कसली मागणी असा कोणताही प्रकार केलेला नाही. माझ्या मते त्यांच्या यशात फक्त त्यांच्या कार्यक्षमतेचाच नव्हे तर त्यांच्या वृत्तीचाही वाटा आहे. ते त्यांचं काम सर्वांत स्वस्त वाहतूक साधनांच्या संयोगाद्वारे करतात... त्यामध्ये अत्याधुनिक सुपरबाईक्स नसतात किंवा जलदगती वाहने नसतात, तरी दररोज दुपारी बरोबर साडेबाराच्या ठोक्याला ते जेवणाचे डबे पोहोचवतात. मग पाऊस असो वा राजकीय अशांतता! ते कधी पायी चालत, सायकलवरून, हातगाडीवरून आणि मुंबईच्या ट्रेन्समधून डबे घेऊन जातात. नेमक्या भागातल्या नेमक्या इमारतीच्या नेमक्या मजल्यावरच्या नेमक्या ऑफिसमध्ये अन्नाचे दोन लाख डबे बिनचूकपणे पोहोचवण्यासाठी त्यांना कुठल्या गुंतागुंतीच्या संगणक नेटवर्क प्रणालीची आवश्यकता नसते. प्रत्येक डब्यावर त्या भागाचा, इमारतीचा आणि मजल्याचा 'कोड' सरळ हाताने रंगवलेला असतो, तेवढी खूण त्यांना पुरेशी असते. हा अत्यंत ताणाचा

दिनक्रम चालू ठेवण्यासाठी डबेवाले अभूतपूर्व पगारांसह इतर लाभ, ब्लॅकबेरी स्मार्टफोन्स, परदेशात सुट्टी अशा मागण्या करत नाहीत. तरीही त्यांनी हे सगळे लाभ घेणाऱ्या जगभरातल्या श्रोत्यांशी त्यांचे अनुभव 'शेअर' केले आहेत. ज्यायोगे त्यांना आपापल्या नोकऱ्या अधिक कार्यक्षमतेने करण्याचे ज्ञान मिळावे!

त्यांच्यातला प्रत्येकजण भागधारक आहे. त्यामुळे तो आपलं कर्तव्य जबाबदारीने, जी पदासोबत येते, पार पाडतो.

तुम्ही या साऱ्याचा विचार केलात तर असं लक्षात येईल की, ते वेळेवर घराघरांतून डबे गोळा करतात, ते वेळेवर रेल्वे स्टेशनवर आणून देतात, ज्यायोगे विभागानुसार डब्यांचे वर्गीकरण करता यावं आणि ते डबे रेल्वेत चढवता यावेत. त्यानंतर ते इष्ट स्थळी पोहोचल्यानंतर पुन्हा हेच करतात आणि परतीच्या मार्गावरही पुन्हा हाच क्रम असतो... हेच त्यांचं काम! पण, १८८० सालापासून, सुट्टीखेरीज कामकाजाच्या सर्व दिवशी ५००० माणसं (पूर्वीच्या काळी अर्थातच ही संख्या कमी असेल) घड्याळाच्या काट्यानुसार बिनचूकपणे हे काम करत आहेत आणि त्यांच्या कामातल्या त्रुटीचा दर आहे १६ दशलक्ष खेपांमध्ये फक्त १! ही नक्कीच अचंबित करणारी गोष्ट आहे आणि इतकी वर्षं सेवा दिल्यानंतरही त्यांचा दर दरमहा फक्त २०० रुपये म्हणजे ऑफिसला जाणाऱ्या सामान्य माणसाला झेपण्याएवढा आहे.

आजच्या व्यवस्थापकीय परिभाषेत त्यांच्या वाहतूक क्षमतेचं वर्णन नेटवर्किंग, माहिती, वाहतूक, संबंधित समग्र यादी आणि गोदाम यांचा कार्यक्षम समन्वय असं केलं जातं.

यामुळे त्यांनी वेळ व्यवस्थापनाचा उत्तम जागतिक विक्रम प्रस्थापित करून *'गीनीज बुक ऑफ वर्ल्ड रेकॉर्ड्स'* मध्ये स्थान मिळवलं आहे आणि *'रिप्लीज बिलिव्ह इट ऑर नॉट'* मध्येही त्यांची नोंद झाली आहे! मात्र डबेवाल्यांच्या दृष्टीने ग्राहकाच्या घरून डबा घेऊन धावतपळत लोकल ट्रेन स्टेशनवर जाणं हे नित्याचंच काम आहे आणि आता आपल्यालाही कळून चुकलं आहे की, हे काम त्यांच्यापेक्षा चांगलं कोणीच करू शकत नाही!

त्यामुळे तुमच्या उद्योगात प्रवीण बना. **पण त्याआधी स्वतःला खरोखर काय हवं आहे आणि आपल्याला कशात गती आहे, ते जाणून घ्या.** त्यानंतर तुम्ही ते काम तुमच्या माहितीच्या इतर कुणाइतकंच किंवा त्यापेक्षाही चांगलं कराल आणि सदैव लक्षात ठेवा की, 'जॅक ऑफ ऑल ट्रेड्स ॲन्ड मास्टर ऑफ नन' हे नक्कीच खरं असतं.

सकारात्मक बना

सकारात्मक वृत्ती हा हमखास यशाचा मार्ग आहे, हे आपण सर्वजण जाणतो. **मी अशी माणसं पाहिली आहेत, ज्यांना आयुष्यात चांगल्या गोष्टी लाभलेल्या असतात. आरोग्य, धडधाकट शरीर, पैसा, प्रेम... नुसतं नाव घ्या... ती गोष्ट त्यांच्यासमोर हात जोडून उभी असते आणि त्यामुळे त्यांच्यात सकारात्मकता असायला हवी, अशी परिस्थिती असते. तरीसुद्धा अगदी बारीकसारीक अडथळे त्यांना घोर निराशेच्या गर्तेत घेऊन जातात. असं का घडत असेल?**

त्याच वेळी मी अशाही लोकांना भेटलो आहे, ज्यांना नियतीने अत्यंत निष्ठूरपणे वागवलं आहे... त्यांना एकतर गंभीर शारीरिक अपंगत्व तरी आहे किंवा त्यांच्यासमोर जगातल्या सर्वांत वाईट समस्या तरी आहेत. त्यामुळे त्यांनी कसलाही प्रयत्न केला तरी दरखेपेला ते अपयशी होतात. कारण परिस्थिती त्यांच्या आवाक्याबाहेरची असते. पण त्यांची जगण्याची उमेद पाहा, मग तुम्हाला समजेल की, त्यांना काहीही लाभलेलं नसूनही त्यांना आयुष्याचे विजेता म्हणून का निवडलं गेलं आहे! इतर कुणालाही न लाभलेलं एक मौल्यवान लेणं त्यांच्याजवळ आहे, ते म्हणजे... सकारात्मक वृत्ती!

त्यामुळे जर कधी तुम्हाला आयुष्य आपल्याबाबतीत जरा जास्तच अन्याय करत असल्याची भावना घेरून आली तर स्वतःच्या अंतरंगात खोलवर डोकावून पाहा. मग तुम्हाला कळेल की, तुम्हाला थोडं जास्त खडतर आयुष्य का मिळालं आहे. **तुम्हाला यशाची गुरुकिल्ली लाभली आहे, हे त्याचं कारण आहे आणि ही गुरुकिल्ली म्हणजे सकारात्मकतेचं वरदान! हे दोन्ही हातांनी**

भरभरून घ्या आणि तुमच्या ग्रहांचे आभार माना. कारण आयुष्याने तुमच्या मार्गात काहीही आणलं तरी ते सांभाळून नेण्यासाठी तुम्हाला फक्त एवढंच आवश्यक आहे...

मी तुम्हाला कहाणी सांगणार आहे त्या विलक्षण लोकांसारख्याच काहीजणांची....

त्या जन्माला आल्या तेव्हा सर्वसामान्य, सुदृढ, आनंदी बाळासारख्या होत्या. पण त्या अवघ्या दीड वर्षांच्या झाल्या तेव्हा त्या 'पोस्ट पोलिओ रेसिड्युअल पॅराप्लेजिक' (त्यांचे कमरेखालचे अवयव निकामी झाले) बनल्या. पण आज त्या १५७ सुवर्णपदकांसह अनेक रजत आणि कास्यपदकांच्या मानकरी असलेल्या ॲथलीट आहेत. त्यांना 'अर्जुन पुरस्कार' आणि 'पद्मश्री'ने गौरवण्यात आलं आहे. त्या बँक व्यवस्थापक आहेत. त्या स्वत: गाडी चालवत कामावर जातात. ही विलक्षण यशोगाथा आहे मालती कृष्णमूर्ती होल्ला यांची!

त्यांच्या आयुष्याची सुरुवातीची १५ वर्षं क्लिनिक्स, रुग्णालयं, शस्त्रक्रिया आणि फिजिओथेरपी घेणं यातच गेली. त्यांच्यावर एकूण २७ शस्त्रक्रिया झाल्या. या काळात त्यांचं बहुतांश आयुष्य तिथेच गेल्यामुळे इतर काही जग असतं, याचीच बालपणी त्यांना कल्पना नव्हती. जेव्हा त्या सर्वसामान्य विश्वाशी सूर जुळवून घेण्याचा प्रयत्न करू लागल्या तेव्हा त्यांच्या दृष्टीने प्रत्येक बारीकसारीक गोष्टसुद्धा इतकी कठीण होती की, त्यांना या साऱ्याने भांबावल्यासारखं झालं, यात आश्चर्य काय? उदाहरणादाखल सांगायचं तर, त्या कॉलेजमध्ये गेल्या तेव्हा त्यांना कळलं की, त्यांचे वर्ग पहिल्या मजल्यावर असल्यामुळे त्यांना वर्गात जाता येणार नाही.

एका मासिकाला दिलेल्या मुलाखतीत त्यांनी ही आठवण सांगितली आहे. त्यात त्या म्हणतात की, त्यावेळी माझ्या वडिलांनी मला जो कानमंत्र दिला, त्यामुळे माझी वृत्ती कायमची बदलली आणि त्यासोबत नशीबही!

त्यांचे वडील म्हणाले होते, 'पोरी, ते जग (त्यांच्या बालपणातला बराचसा काळ जिथे व्यतीत झाला ते 'चेन्नई ऑर्थोपेडिक सेंटर') आता मागे पडलं आहे. आता तू तुझ्या कोषातून बाहेर यायला पाहिजेस. बाहेर सर्वस्वी नवं जग तुझी प्रतीक्षा करत आहे. ते तू स्वीकारलं पाहिजेस. तूसुद्धा याच जगातली आहेस. **तुला जे हवं ते तू मिळवलं पाहिजेस, मागितलं पाहिजेस. जर असं केलं नाहीस तर तू जगातल्या इतर कुणाही सामान्य माणसासारखी राहशील.'**

त्यानंतर दुसऱ्याच दिवशी त्यांनी कॉलेजच्या प्राचार्यांना भेटून त्यांचे वर्ग खालच्या मजल्यावर हलवण्याची विनंती केली. आश्चर्य म्हणजे त्यांची विनंती ताबडतोब मान्य झाली! मालती होल्ला यांच्या आत्मविश्वासाने उभारी घेण्यासाठी एवढं पुरेसं होतं. त्यानंतर कधी त्या थांबल्याच नाहीत.... 

त्या चेन्नईच्या 'ईश्वरी प्रसाद दत्तात्रेय ऑर्थोपेडिक सेंटर' मध्ये दररोज व्यायामासाठी जात असत. तिथेच त्यांना स्पर्धात्मक क्रीडाजगताची पहिल्यांदा ओळख घडली. हळूहळू त्यांनी क्रीडा स्पर्धांमध्ये भाग घ्यायला सुरुवात केली. लवकरच त्या अपंगांच्या राष्ट्रीय क्रीडा स्पर्धांत नियमित भाग घेऊ लागल्या. क्रीडा स्पर्धांमधल्या कामगिरीने त्यांना सिंडीकेट बँकेत क्लार्कची नोकरी मिळवून दिली. दर दोन वर्षांनी त्या भरपूर पदकं मिळवत होत्या. लवकरच त्या आंतरराष्ट्रीय क्रीडा स्पर्धांतही भाग घेऊ लागल्या. त्यासोबत त्यांना कीर्ती आणि वैभवही लाभलं.

आज त्या पुरस्कारांच्या ढिगात बुडून गेल्या आहेत. त्यांना अनेक मानसन्मान लाभले आहेत. त्या यशस्वी आणि स्वतंत्र, स्वावलंबी महिला आहेत. त्याच मुलाखतीत त्यांनी म्हटलं होतं, 'मी या पृथ्वीतलावरची सर्वांत सुखी व्यक्ती आहे!'

आपण अब्राहम लिंकनना ओळखतो ते पृथ्वीवरच्या सर्वांत सामर्थ्यशाली देशाचे– अमेरिकेचे एक महान राष्ट्राध्यक्ष म्हणून! आफ्रिकी-अमेरिकी लोकांना गुलामगिरीतून मुक्त करण्यासाठी सर्वप्रथम धाडसी पाऊल उचलणारे नेते म्हणून त्यांचं नाव तिथल्या नेत्यांच्या यादीत नक्कीच तेजस्वीपणे झळकत राहील. पण त्यांना हे सर्वांत सामर्थ्यवान पद भूषवण्याआधीच्या काळात किती संघर्ष करावा लागला आहे, त्याबद्दल भारतात राहणाऱ्या आपल्यापैकी बहुतेक जणांना फारसं माहीत नसेल.

यशाच्या संख्येपेक्षा अपयशांचीच संख्या अधिक असलेल्या काही मोजक्या लोकांत बहुधा त्यांची गणना होईल. जवळपास २५ वर्षांच्या कालखंडातले त्यांच्या आयुष्यातले चढउतार पाहिले तर, इतके वेळा अपयशी होऊनही स्वतःला त्यातून वर काढत राहण्याची त्यांची विलक्षण क्षमता पाहून तुम्हाला आश्चर्य वाटेल. याचं स्पष्टीकरण फक्त एकाच ओळीत देता येईल– त्यांना आयुष्याकडे खऱ्याखुऱ्या सकारात्मक वृत्तीने पाहण्याचं वरदान लाभलं होतं. त्यांचं बालपण खडतर होतं, पण त्या काळात ही फार वेगळी म्हणण्याजोगी बाब नव्हती. कारण एकोणिसाव्या

शतकाच्या प्रारंभी अमेरिकेत ऐषाराम, सुखसोयी या गोष्टी समाजातल्या अगदी मोजक्या लोकांपुरत्या मर्यादित होत्या. पण अशा परिस्थितीतही त्यांनी परिश्रम करायचं ठरवलं आणि १८३१ मध्ये स्टोअर असिस्टंट म्हणून करिअरला सुरुवात केली. पुढे स्टोअरचा मालक कर्जाच्या खाईत गेल्यानंतर त्यांची ही नोकरी गेली. त्याच्या पुढच्याच वर्षी त्यांनी 'इलिनॉयस स्टेट लेजिस्लेचर' पदाची निवडणूक लढवली. पण तिथे त्यांना यश लाभलं नाही. त्यानंतर १८३३ मध्ये त्यांनी विल्यम एफ. बेरी यांच्यासमवेत भागीदारीत इलिनॉयसमध्ये एक जनरल स्टोअर खरेदी केलं. लिंकन यांच्याजवळ पैसे नव्हते. त्यामुळे त्यांनी 'नोट' सही करून दिली होती. त्यांच्या स्टोअरची अधिक मोठ्या आणि सुस्थापित स्टोअर्सशी स्पर्धा होती. त्यामुळे हा बिझनेस कोसळणार हे वर्षभरातच स्पष्ट झालं. लिंकन 'नोट'प्रमाणे पैसे भागवू शकत नसल्यामुळे शेरीफनी त्यांची मालमत्ता ताब्यात घेतली. त्यानंतर त्यांच्या भागीदाराचं निधन झालं. त्यांचं कर्ज भागवण्याची कायदेशीर जबाबदारी लिंकन यांच्यावर नसूनही लिंकननी त्यांचंही कर्ज भागवण्याची तयारी दाखवली. त्यानंतर अनेक वर्षं ते हे प्रचंड कर्ज फेडत होते. स्टोअर मोडीत निघाल्यानंतर काही महिन्यांतच सुदैवाने ते न्यू सॅलेमचे पोस्टमास्टर बनले. १८३४ मध्ये ते विधिमंडळावर निवडून आले. पण त्याच्या पुढच्याच वर्षी त्यांची प्रिया निवर्तली. त्यामुळे ते दु:खाने इतके कोसळले की, 'नर्व्हस ब्रेकडाऊन'मधून वर येईपर्यंत १८३६ साल संपत आलं होतं.

त्यांनी आणखी एकदा उभारी घेतली. एव्हाना ते विधिमंडळाचे अनुभवी सदस्य बनले होते. तरीसुद्धा १८३८ साली त्यांच्या 'इलिनॉयस हाऊस ऑफ रिप्रेझेंटेटिव्हज' चा प्रवक्ता बनण्याच्या प्रयत्नांना यश आलं नाही. त्यानंतर पाच वर्षांनी, मे १८४३ मध्ये त्यांनी 'व्हिग डिस्ट्रिक्ट कन्व्हेन्शन'मध्ये पक्षाची उमेदवारी मिळवण्याचा प्रयत्न केला. पण तोही थोडक्यात हुकला. अखेर १८४६ साली ते काँग्रेसमध्ये निवडून आले. याच दरम्यान त्यांनी इलिनॉयसमधून खुल्या अमेरिकी सिनेट जागेसाठी इच्छुक असल्याचं जाहीर केलं होतं. पण त्यांच्यापाशी आवश्यक बहुमत नसल्यामुळे त्यांना या स्पर्धेतून माघार घेणं भाग पडलं.

अखेर १८६० मध्ये त्यांनी अमेरिकेच्या राष्ट्राध्यक्षपदाची निवडणूक लढवली. तेव्हा त्यांनी स्वत: आणि विश्व या दरम्यानचा हा घनघोर लढा जिंकला. तोपर्यंत या लढ्यात प्रत्येक टप्प्यावर त्यांना अडथळ्यांनी मात दिली होती किंवा त्यांची गती रोखली होती.

यानंतर मात्र ते राष्ट्राध्यक्ष बनलेच आणि १८६४ साली ते पुन्हा याच पदावर निवडून आले... त्यानंतरचा इतिहास सर्वश्रुत आहेच.

अलौकिक व्यक्तींमध्ये असं काहीतरी असतं, ज्यामुळे आपल्याला त्यांच्याविषयी फार सहानुभूती नसते. त्यांना लाभलेल्या खास देणग्यांमुळे बघणाऱ्याला असं वाटतं की, सामान्य माणसांना ज्या दडपणांना सामोरं जावं लागतं तसं या लोकांना लागत नाही. त्यांच्याजवळ काहीतरी दडपणविरोधी कवच असतं. पण आपण वास्तवापासून दूर जाऊ शकत नाही. जीवन त्यांना अगदी इतरांसारखीच वागणूक देतं आणि त्यांनाही पुढे चालत राहण्यासाठी सकारात्मक वृत्तीच्या भरघोस देणगीची आवश्यकता असते. कारण जेव्हा ते सकारात्मक वृत्तीने वागत नाहीत त्यावेळी ते हटकून बातमी निर्माण करतात, पण नकारात्मक प्रकारची! त्यामुळे कधीकधी असामान्य हुशार व्यक्तींनी अगदी कमी वयातच आत्महत्या केल्याच्या अथवा त्या आत्मनाशाच्या दिशेने निघाल्याच्या बातम्या ऐकायला मिळतात आणि या उच्चभ्रूंच्या वर्तुळातसुद्धा काही मोजके लोक आयुष्यात वेड्यावाकड्या वळणांचे निष्ठुर टप्पे आले तरी पुढे वाटचाल करत राहतात.

लुडविग व्हॅन बीथोवेन ही अशीच एक व्यक्ती! त्यांचे संगीत हा पाश्चात्त्य शास्त्रीय संगीत परंपरेचा इतका अविभाज्य भाग आहे की, हा कलावंत त्याच्या सर्जनशील कारकीर्दीत हळूहळू कर्णबधिरतेकडे वाटचाल करत होता, यावर कुणाचा विश्वास बसणार नाही. त्यांच्या संगीतात मनाला भिडण्याची इतकी प्रचंड ताकद आणि उत्कटता आहे की, हे संगीत एका ठार बहिऱ्या माणसाने तयार केलं आहे, हे खरंच वाटत नाही!

बीथोवेनना लाभलेल्या दैवदत्त देणगीचा आविष्कार त्यांच्या बालपणीच प्रकट झाला होता. ज्या वयात इतर मुलं पियानोच्या बटणांशी झटापट करत असत, अशा वयात म्हणजे फक्त वयाच्या सातव्या वर्षी त्यांनी पहिला जाहीर कार्यक्रम केला होता. त्यांचे वडील संगीतकार होते. तेच त्यांचे गुरू होते. बीथोवेननी वयाच्या बाराव्या वर्षाआधीच त्यांचा पहिला कलाविष्कार सादर केला होता. लवकरच त्यांना दैवदत्त देणगी लाभलेला कलावंत म्हणून ओळख लाभली आणि वयाच्या अवघ्या चौदाव्या वर्षी ऑर्गनवादक म्हणून त्यांची कारकीर्द सुरू झाली. त्यानंतर त्यांनी संगीतरचना तयार केल्या. या रचनांनी संगीताच्या सुस्थापित मर्यादांना हादरा दिला. संगीतरचना, कलाविष्कार, त्या काळातल्या ख्यातनाम संगीतकारांबरोबर भेटीगाठी असं त्यांचं आयुष्य सुरू होतं आणि अचानक १८०१ साली त्यांच्या लक्षात येऊ लागलं की, त्यांची श्रवणशक्ती हळूहळू कमी होत चालली आहे.

हा असा आघात होता की, बहुतेकशी माणसं त्यामुळे पुरती कोलमडून गेली असती, विशेषत: त्यांच्यासारखी अलौकिक व्यक्ती! आपण ज्या गोष्टीसाठी जगलो, जी गोष्ट आपल्याला अतिशय प्रिय होती, तीच गोष्ट आपल्यापासून दूर जाणं हा नशिबाचा सर्वांत दुर्दैवी फेरा असेल.

१८०२ साली लिहिलेल्या मजकुरात, त्यांनी आयुष्यातल्या या दुर्दैवी आघाताबद्दल वीट आल्याची भावना व्यक्त केली आहे. एक संगीतकार म्हणून बहिऱ्या माणसाचं आयुष्य त्यांना जगायचं नव्हतं. त्यांना संगीतातली अधिकाधिक क्षेत्रे शोधून काढायची होती. पण अत्यंत हताश क्षणीसुद्धा त्यांनी कधी आत्महत्येचा प्रयत्न केला नाही किंवा तसा विचारसुद्धा मनात येऊ दिला नाही. उलट स्वत:ला कामात झोकून दिलं आणि त्यांच्या काही महान रचना आकाराला आल्या.

'...मी प्रत्येक अडथळ्यावर मात करून पुढे जाण्याचा निश्चय केला आहे. पण ते कसं शक्य होईल?' त्यांनी मित्राला लिहिलेल्या एका पत्रात म्हटलं आहे. मात्र त्यांनी दृढ निश्चयातून मार्ग काढलेला दिसतो.

आणखी एका पत्रात त्यांनी लिहिलं आहे,

'...मी जवळपास दोन वर्षं सर्व सामाजिक संमेलनं, भेटीगाठी टाळल्या आहेत. कारण 'मी बहिरा आहे,' हे लोकांना सांगणं मला शक्य नाही. मी इतर कोणत्या व्यवसायात असतो तर हे सांगणं अधिक सोपं झालं असतं. पण माझ्या व्यवसायात ही भयंकर गोष्ट आहे.'

आपल्या अवस्थेबद्दल सांगताना त्यांची विनोदबुद्धी प्रकट होते–

'...मजेची गोष्ट म्हणजे संभाषण करताना माझी अवस्था अजिबात लक्षात न येणारे लोक माझं लक्ष नाहीये असं समजतात. कारण माझं बरेचदा तसंच असतं!'

'हळू आवाजात मृदूपणे बोलणाऱ्या व्यक्तीचं बोलणं मला जवळपास ऐकूच येत नाही. म्हणजे मला आवाज येतो, पण शब्द कळत नाहीत. मात्र कोणी ओरडून बोललं तर ते मात्र असह्य होतं...'

अखेर ते या अधूपणासमवेत जगायला शिकले आणि संगीतरचना करत राहिले, त्यामध्ये विश्राम अगदी क्वचितच असे. त्यांना स्वत:च्या क्षमतेविषयी शंका येत राहिल्या तरीसुद्धा ते कधी थांबले नाहीत. त्यामुळेच ते नशिबाने केलेल्या निष्ठुर आघातावर मात करू शकले. खरंतर त्यांच्या काही महान कलाकृती याच काळात बनल्या... नशिबाच्या तडाख्यानं खचून न जाणाऱ्या या माणसानं फक्त सकारात्मक वृत्तीमुळे काय साध्य करता येऊ शकतं ते आपल्याला दाखवून दिलं आणि त्यांचं संगीत याची

ही कथा जितकी एका कर्तबगार मुलीच्या सकारात्मक वृत्तीची आहे, तितकीच तिच्या आईचीही आहे. विल्मा रुडॉल्फ बावीस भावंडांमधली विसावी! होय, हे खरं आहे. रुडॉल्फ दाम्पत्याला बावीस मुलं होती. ३० जून १९४० रोजी जन्माला आलेली ही मुलगी अपुऱ्या दिवसांची होती. तिचं वजन होतं फक्त साडेचार पाऊंड. तिच्या आईवडिलांना हॉस्पिटलचा खर्च परवडण्याजोगा नव्हता. त्यामुळे तिला हॉस्पिटलमध्ये न ठेवता घरी आणण्यात आलं.

त्यानंतर ती सारखी आजारी असायची. तिला कांजिण्यांपासून गालगुंडांपर्यंत सगळे त्रास झाले. दोनदा न्यूमोनिया झाला. अशी तिच्या आजारपणांची मालिका सुरू होती. त्यानंतर तिच्या डाव्या पायात व्यंग असल्याची लक्षणं दिसू लागली, तेव्हा मात्र तिच्या आईने हॉस्पिटलमध्ये नेलं. डॉक्टरांनी तिला पोलिओ झाल्याचं निदान केलं आणि तिला यापुढे कधीही चालता येणार नाही, असं सांगितलं. मात्र तिच्या आईने हे मानण्यास नकार दिला आणि आपल्या मुलीला चालता यावं यासाठी तिने झपाटून प्रयत्न सुरू केले. तिने तिच्या सर्व मुलांना एकत्र करून त्यांना कामाला लावलं. विल्माच्या पायांना दिवसातून चार वेळा मालिश सुरू केलं. तिच्यासाठी आठवड्यातून दोन वेळा फिजीओथेरपी सुरू केली. विल्माला त्यात खूप वेदना होत असत. ती सहा वर्षांची झाली तेव्हा तिला चालताना आधारासाठी धातूच्या ब्रेसेस देण्यात आल्या. त्या अत्यंत वेदनादायी काळात विल्माची सकारात्मक वृत्ती टिकून होती, ती फक्त तिच्या आईमुळे! पुढे बऱ्याच वर्षांनी तिने हे अगदी साध्या शब्दांत सांगितलं.

'मला कधीही चालता येणार नाही, असं डॉक्टरांनी सांगितलं होतं. पण माझ्या आईने मला चालता येईल, असं सांगितलं होतं. म्हणून मी माझ्या आईवर विश्वास ठेवला.'

विल्माला त्या ब्रेसेस अजिबात आवडत नसत. त्यामुळे तिला जखडल्यासारखं वाटत असे. तिला अंगणात इतर मुलांबरोबर पळापळी करायची खूप इच्छा व्हायची. काहीही झालं तरी या आजाराशी दोन हात करण्याची तिने शपथ घेतली आणि तिच्या स्वतःवरच्या या विश्वासाला तिच्या आईने अधिक बळ दिलं. त्यामुळे तिने अपरिमित यातनांतून मार्ग काढून चमत्कार घडवला.

'माझ्या आईने मला अगदी बालपणीच शिकवण दिली की, तू तुला हवी ती गोष्ट साध्य करू शकतेस, यावर विश्वास ठेव. यातली पहिली गोष्ट होती ब्रेसेसविना चालणं,' विल्मा म्हणते.

त्यानंतर काही वर्षांनी विल्मा स्थानिक चर्चमध्ये कशाचाही आधार न घेता अथवा घरच्यांची मदत न घेता, स्वतःची स्वतः चालत गेली. तेव्हा उपस्थित सर्वजण थक्क होऊन पाहत राहिले.

सुरुवातीच्या काळात तिच्या मनात असलेलं नैराश्य आणि तिला भोगावं लागणारं अपरिमित दुःख यामुळे ती धैर्यगलित न होता उलट तिच्यातली झुंजार वृत्ती जागी झाली. ती केवळ तिच्या आजारावर विजय मिळवून थांबली नाही. तिला क्रीडाजगतातली तारका बनायचं होतं! तिने बास्केटबॉल संघात सहभागी होण्याचा प्रयत्न केला. पण तिथे तिला तीन वर्ष फक्त बाकावर बसून प्रतीक्षा करावी लागली. या तीन वर्षांचा वापर तिने हुशारीने केला. तिने या खेळाचं निरीक्षण केलं. त्यातून या खेळाबद्दलचं इतकं ज्ञान आत्मसात केलं की, तिला जेव्हा प्रत्यक्ष खेळायची संधी मिळाली तेव्हा तिने तिच्या संघाला थेट विजयाप्रत नेलं. तिच्या या कामगिरीकडे टेनिस्सी विद्यापीठाच्या महिला प्रशिक्षिका एड टेम्पलेट यांचं लक्ष वेधलं गेलं. मग विल्माच्या गुणवत्तेची कसोटी घेऊन तिला अतिशय कठोर प्रशिक्षण देण्यात आलं. एकदा तिला सरावासाठी यायला अर्धा तास उशीर झाला तेव्हा शिक्षा म्हणून मैदानाला तीस फेऱ्या तिला पळून काढायला लावल्या होत्या. उशीर झालेल्या प्रत्येक मिनिटासाठी एक फेरी! हळूहळू तिची मनोभूमिका बदलली आणि ती आपलं तंत्र परिपूर्ण करण्यासाठी तनमन अर्पून प्रयत्न करू लागली. १९५६ साली तिला राष्ट्रीय ऑलिम्पिक संघात सहभागी होण्याचं निमंत्रण आलं तेव्हा तिच्या कष्टांचं चीज झालं. मेलबर्न ऑलिम्पिक स्पर्धेत १०० मीटर रीलेमध्ये तिला ब्रॉन्झपदक मिळालं. त्यावेळी ती फक्त सोळा वर्षांची होती. तिने १९६० साली होणाऱ्या स्पर्धेत उतरण्याचा निश्चय केला आणि त्यामधली तिची कामगिरी काय वर्णावी! तिने रोम ऑलिम्पिक्समध्ये तीन स्वतंत्र क्रीडाप्रकारांत भाग घेतला आणि घोटा मुरगळलेला असूनही तिने १०० आणि २०० मीटरच्या शर्यतींत अनुक्रमे जागतिक विक्रम आणि ऑलिम्पिक विक्रम मोडला. याच स्पर्धेत तिला तिसरा विजय मिळाला आणि अमेरिकी इतिहासात ऑलिम्पिकमध्ये तीन सुवर्णपदकं मिळवणारी

पहिली महिला म्हणून ती कीर्ती आणि वैभवाच्या शिखरावर पोहोचली.

डॉक्टरांनी विल्माबद्दल जे निदान केलं होतं त्यावर विश्वास ठेवण्यास तिच्या आईने नकार दिला होता, त्यावेळी आपल्या मताबाबत तिला नक्कीच विश्वास होता, असं दिसतं! तिच्या आणि तिच्या मुलिच्या सकारात्मक वृत्ती एकत्र येऊन असं जबरदस्त संयुग तयार झालं की, त्यानं रुढीबद्ध वैद्यकीय निदान जुमानलं नाहीच, शिवाय त्यानं अमेरिकन क्रीडा-इतिहासात तिला कायमचं स्थान मिळवून दिलं.

या प्रकरणातली अंतिम कथा आहे एका विलक्षण तरुणाची. त्यानं आयुष्याकडं सकारात्मक वृत्तीने पाहण्याची त्याला मिळालेली देणगी केवळ व्यक्तिगत आयुष्यातले अडथळे दूर करण्यासाठीच वापरली नाही, तर आपल्यापेक्षा नशिबाचे दान कमी पडलेल्या व्यक्तींच्या सेवेसाठी वापरली. माझ्या लेखी ही खरी लक्षणीय कर्तबगारी आहे. इतरांना साहाय्य करण्यासाठी इतक्या अडचणींना तोंड देताना स्वत:चा उत्साह टिकवून ठेवण्यासाठी जी बांधीलकीची भावना लागते ती कल्पनेपलीकडची आहे.

आज डॉ. सुदर्शन आदिवासींसाठी त्यांनी दिलेल्या सेवेबद्दल सुविख्यात आहेत. पण ते अनेक वर्ष प्रसारमाध्यमांच्या प्रसिद्धी झोतापासून दूर होते. बंगलोर वैद्यकीय महाविद्यालयातून पदवी मिळवल्यानंतर त्यांनी त्यांचा जीवनमार्ग निवडला. त्यांचा निलगिरी जिल्ह्यातल्या आदिवासी जीवनाशी थोडाफार परिचय घडला होता. फावल्या वेळेत डॉ. नरसिंहन यांच्यासमवेत त्यांना साहाय्य करण्यासाठी ते तिथे जात असत. १९७९ साली पदवीधर झाल्यानंतर त्यांनी या आदिवासींच्या साहाय्यासाठी त्यांचं करिअर समर्पित करायचं ठरवलं. बहुतेकसे वैद्यकीय पदवीधर पुढे आणखी शिकून अथवा महानगरांमध्ये किंवा परदेशात लाभदायी संधी टिपून आपलं भविष्य अधिक उज्ज्वल करण्यावर लक्ष केंद्रित करून असतात. या पार्श्वभूमीवर डॉ. सुदर्शन यांचा हा निर्णय उदात्त होता. त्यांनी 'एकला चलो रे' असं म्हणून उलट्या दिशेने जाणारी बस धरली... आणि ते बी.आर. हिल्स या धोकादायक भागात गेले. त्यांनी एका खडकावर उभारलेल्या छोट्याशा झोपडीत वैद्यकीय सेवा सुरू केली. त्यांच्या मदतीला आणखी दोन व्यक्ती होत्या. त्यांच्यासमोर सुरुवातीलाच आव्हान होतं ते सोलिगा आदिवासींना तिथे आणण्याचं. ते लोक त्यांच्या सुया आणि गोळ्या पाहून घाबरून दूर पळत असत. पण जेव्हा त्यांच्या लक्षात आलं की, डॉक्टर इथेच राहणार आहेत, तेव्हा हळूहळू त्यांनी त्यांच्यापर्यंत जाण्याचं धैर्य गोळा केलं. त्यांच्या 'जादुई' उपचारांनी हळूहळू या आदिवासी लोकांचा त्यांच्यावर विश्वास बसला.

अशा प्रकारे सन १९८१ मध्ये 'विवेकानंद गिरिजन कल्याण केंद्र' सुरू झालं. त्यावेळी डॉ. सुदर्शन यांचं आयुष्य अतिशय खडतर आणि एकाकी असणार, असं

मला खात्रीने वाटतं. हे सारं सोडून देऊन शहरी सुखसोयींमध्ये परत येण्याचा मोह नक्कीच प्रबळ झाला असणार. अशा वेळी स्वत:चा उत्साह टिकवण्यासाठी त्यांनाच सकारात्मक आशावादाचे मोठमोठे डोस घ्यावे लागले असतील.

तिथे गेल्यावर लगेचच त्यांच्या लक्षात आलं की, वैद्यकीयदृष्ट्या लक्ष पुरवणं एवढंच आदिवासींच्या आरोग्यविषयक गरजांचं उत्तर नाही तर त्यांना शिक्षण देणं, सबल करणं आणि त्यांना उपजीविकेचं साधन देणं या गोष्टींची गरज आहे. सुरुवातीला डॉ. सुदर्शन या उद्देशाने इथे आले नव्हते. पण जेव्हा या तिन्ही मुद्द्यांकडे लक्ष देण्याची गरज त्यांच्या ध्यानात आली तेव्हा त्यांनी त्यांच्या संस्थेच्या कामात याही मुद्द्यांचा अंतर्भाव केला. एवढंच नव्हे तर त्यांनी त्यांच्या उपचार पद्धतीत आदिवासी वापरत असलेल्या पारंपरिक निसर्गोपचार पद्धतींचाही समावेश केला.
त्यांनी औषधी वनस्पती शोधून त्यांची माहिती जमवली आणि त्यांची स्वतंत्र लागवडही केली. त्यांनी पर्यावरणाला हानी न पोहोचवता उलट पर्यावरणपूरक कार्य केलं, त्यामुळे आदिवासींना त्यांची संस्था अगदी आपलीशी वाटू लागली. त्यांनी तिथल्या मुलांसाठी सुरू केलेल्या शाळेत आदिवासी परंपरा शिकवल्या जातात. या मुलांचा त्यांच्या मुळांशी संबंध टिकून राहावा, हा यामागचा उद्देश आहे. त्यांच्या शाळेत शिकलेल्या मुलांनी पीएच.डी. आणि पदव्युत्तर शिक्षण पूर्ण केलं आहे.

काळाच्या ओघात, डॉ. सुदर्शन यांच्या या दृढ बांधीलकीने जगाचं लक्ष वेधून घेतलं. त्यांना सन १९९४ मध्ये 'राईट लाईव्हलीहूड' पुरस्काराने सन्मानित करण्यात आलं, तर सन २००० साली त्यांना 'पद्मश्री' देऊन गौरवण्यात आलं. त्याखेरीज ते वर्गीकृत जमातींच्या विकासासाठी स्थापण्यात आलेल्या विविध सरकारी समित्यांवर आहेत.

कोणत्याही क्षेत्रातल्या अग्रणींना, विशेषतः डॉ. सुदर्शन यांच्यासारख्या व्यक्तींना सकारात्मक ऊर्जेचा अविरत पुरवठा आवश्यक असतो. त्यायोगे ते (वरवर अतिशय साध्या वाटणाऱ्या कठीण कामातही) यश संपादन करू शकतात. त्यांचा मार्ग खासकरून खडतर असतो आणि त्यांचा प्रवास विलक्षण असतो. त्यांचं कारण इतकंच की, तो संपूर्णतः स्वार्थरहित असतो. या आश्चर्यकारक देणगीचा हाच सर्वोत्तम उपयोग आहे, असं नाही वाटत?

मी हे करू शकतो / शकते

सर्व थोर कर्तबगार व्यक्ती आज जशा आहेत तशा घडण्याचं कारण म्हणजे त्यांची ज्या गोष्टींवर दृढ श्रद्धा आहे, त्या गोष्टी ते नेहमीच शोधतात. मग ते तत्त्वज्ञान असो, स्वत:वरचा विश्वास असो वा त्यांचे मार्गदर्शक अथवा गुरूप्रती त्यांची संपूर्ण श्रद्धा असो. त्यानंतर ते ज्या गोष्टींवर त्यांचा विश्वास आहे त्याप्रती बांधीलकी ठेवतात आणि आपले साधनस्रोतही त्या दिशेनेच वळवतात. श्रद्धा म्हणजे हेच! त्यांनी केवळ आपला विश्वास आहे असं म्हटलं, पण त्याप्रती बांधीलकी मानण्यास नकार दिला तर त्याला श्रद्धा म्हणता येणार नाही. **१०० टक्के श्रद्धा असणाऱ्यांनाच यशप्राप्ती होते.**

तुम्हाला श्रद्धेविषयीची माझी आवडती कथा सांगतो. एका बाईला नदी पार करून जायचं होतं. तिच्या गुरूंनी तिला सांगितलं की, तू पाण्यावरून चालत जाऊन नदी पार करू शकशील. गुरूंविषयी तिच्या मनात इतकी श्रद्धा होती की, ते म्हणतायत त्याप्रमाणे आपण नदी पार करू शकू, असा तिला विश्वास वाटला. त्यामुळे तिने मोठ्या आत्मविश्वासाने पाऊल टाकलं आणि नदी पार केली. हे पाहून तिचे गुरू प्रभावित झाले. मग त्यांनीही नदी पार करण्याचा प्रयत्न करून पाहायचं ठरवलं. पण त्यांच्या मनात शंका होती. त्यामुळे त्यांना नदी पार करता आली नाही!

तात्पर्य अगदी साधंसरळ आहे. **तुमचं मन चमत्कार घडवू शकतं, मात्र त्यासाठी तुमची श्रद्धा अगदी १०० टक्के असायला हवी. तुमची श्रद्धा जराशी डळमळीत म्हणजे अगदी ९९.९९ टक्के जरी असली तरी तुम्हाला ईप्सित गोष्ट साध्य होणार नाही. तुमच्या पदरी निराशाच येईल. कुणावरतरी**

श्रद्धा ठेवा. तुमचे मार्गदर्शक, तुमचे गुरू... कुणावरही ठेवा आणि जर तुमच्या जीवनात त्या उंचीचं कोणी नसेल तर स्वतःवर विश्वास ठेवा.

एकदा 'मुद्रा'मध्ये आमच्या हातून एका जाहिरातीचं काम गेलं. आमची सर्वांचीच त्या कामाशी फार गोवणूक होती. ती जाहिरात होती 'सिफनी एअर कुलर्स'ची! या उत्पादनाचं नामकरण आणि 'लाँचिंग' आम्हीच केलं असल्यामुळे आमची त्याच्याशी विशेष जवळीक होती. आम्हाला सर्वांना त्याचा खूप अभिमान होता. आम्ही त्याला आमचं मूलच मानत असू. त्यामुळे हे काम आमच्याकडून काढून घेतल्याचं समजताच सखेद आश्चर्य वाटलं.

ही बातमी कळल्याकळल्या जो धक्का बसला होता त्यातून जरासं सावरल्यानंतर मी त्या क्लायन्टला आम्हाला फक्त आणखी एक संधी देण्याची विनंती केली. त्यानेही ती मोठ्या मनाने मान्य केली. आम्हाला ॲलेक पदमसी आणि त्यांच्या 'लिंटास एजन्सी'चं जबरदस्त आणि सुप्रसिद्ध आव्हान होतं. या जाहिरातीच्या बाबतीत ते आमचे स्पर्धक होते. पण यामुळे आमचा शक्य तितके कठोर परिश्रम घेण्याचा निश्चय अधिकच दृढ झाला. **माझी एका गोष्टीवर दृढ श्रद्धा होती, ती म्हणजे आमची खरोखरच परिश्रम घेण्याची क्षमता! त्यानंतर मी हा आम्हा सर्वांसाठी जीवनमरणाचा प्रश्न बनवला. आम्ही आमचं सर्वोत्तम कसब दाखवलं तरच आम्ही त्या क्लायन्टचा विश्वास पुन्हा जिंकू शकू, हे मी जाणून होतो आणि माझी ही दृढ श्रद्धा कामी आली. आम्ही ते काम पुन्हा मिळवलं.**

मी यापुढची कथा सांगणार आहे तीसुद्धा खरीखुरी घडलेली आहे. ही कथा आहे एका मुलीची. 'मी हे करू शकते,' या तिच्या जिद्दीने आणि तिच्या धैर्याने संपूर्ण देशाच्या डोळ्यांत पाणी उभं राहिलं होतं. ही मुलगी म्हणजे सुधा चंद्रन... सुप्रसिद्ध भारतीय शास्त्रीय नृत्यांगना. २ मे १९८१ रोजी तिचा बस अपघात झाला आणि तिचं आयुष्यच पूर्ण बदलून गेलं. तो तिच्या आयुष्याचा शेवटच ठरू शकला असता. पण तिथूनच एका नव्या पर्वाचा प्रारंभ झाला... श्रद्धा, धैर्य, निग्रही प्रयत्न यांची ही कहाणी नशीब बदलणाऱ्या विजयश्रीप्रत जाऊन पोहोचली.

सुधा उत्तम नृत्यांगना म्हणून ओळखली जात होती. तिने नृत्याचे जवळजवळ ७५ कलाविष्कार सादर केले होते. तिचं वय होतं फक्त सतरा वर्षं! मात्र या नैपुण्याव्यतिरिक्त या तरुण नृत्यांगनेपुढे आणखीही बरंच काही वाढून ठेवलं होतं. या अपघातात तिचा

उजवा पाय निम्मा गेला. तिला लाकडी पाय आणि कुबड्यांचा आधार घेऊन पुन्हा चालता येण्यासाठी तिच्या प्रचंड इच्छाशक्तीचा उपयोग झाला. त्यानंतर तिने जयपूर फूट आणि त्याचे निर्माता डॉ. सेठी यांच्याबद्दल ऐकलं. मग तिने त्यांच्याशी संपर्क साधला असता त्यांनी ताबडतोब तिच्यासाठी एक खास पाय तयार करून दिला. त्याच्या मदतीने सुधाला अधिक सहजतेने चालता तर येऊ लागलंच, शिवाय एक अशक्य कोटीतलं स्वप्नही पाहता आलं, ते म्हणजे तिचं जुनं प्रेम... नृत्य करणे! अर्थात हे अजिबातच सोपं नव्हतं. त्यासाठी तिला अक्षरश: रक्ताचं पाणी करावं लागलं. पण तिची पुन्हा पूर्वीप्रमाणेच नृत्य करण्याची जबरदस्त इच्छा आणि ते ती करू शकते, याबद्दलचा विश्वास इतका खंबीर होता की, तिने साऱ्या अडथळ्यांवर मात केली. तिचा नृत्याचा कसून सराव सुरू असताना त्या कृत्रिम पायामुळे तिच्या खऱ्या पायातून रक्त वाहायचं. पण नृत्याविष्कारातल्या विविध अभिनयमुद्रांमध्ये तिच्या यातना जराही दिसू नयेत याची ती खबरदारी घेत असे. अखेर १९८४ साली, त्या भयानक काळरात्रीनंतर फक्त तीनच वर्षांनी सुधा चंद्रन पुन्हा रंगमंचावर आली. इतक्या अग्निदिव्यांतून पार पडावं लागलं तरी या *भरतनाट्यम्* नृत्यांगनेने जराही हार मानलेली नाही, हेच दाखवून दिलं आणि तिला घवघवीत यश मिळालं. तिच्या नृत्याविष्काराची खूप प्रशंसा झाली आणि नृत्यांगना सुधा चंद्रन तिला सदैव प्रिय असणाऱ्या तिच्या विश्वात परत आली. अतिशय कणखर मनोबलाने प्रतिकूलतेवर मात करून आणि आपण हे करू शकतो, या प्रचंड दृढ विश्वासाने तिने स्वत:चं जे स्थान निर्माण केलं ते इतर कुणा नर्तकाला सहजपणे मिळवता येणार नाही. केवळ अभूतपूर्व गुणवत्ताप्राप्त व्यक्ती म्हणूनच नव्हे तर देवांनाही थक्क करायला लावेल, अशी लढाऊ जिद् असणाऱ्या सुधा चंद्रनचं स्थान कायम वंदनीय राहील.

सर रॉजर बॉनिस्टर यांना बालपणापासूनच धावणं अत्यंत प्रिय होतं. ते त्यांना सहज जमत असे. जिथे धावणं शक्य असेल तिथे ते कधीच चालत जात नसत. हा बहुधा त्यांच्या चळवळेपणाचा परिणाम असावा. हा त्यांचा स्वभाव इतर क्रीडाप्रकारांच्या बाबतीतही होता. पण त्यांच्या बालपणाविषयी वाचताना हा मुलगा पुढे एक मैल अंतर चार मिनिटांत पार करणारा जगातला पहिला माणूस ठरेल, असं कुणाच्या मनातही येणार नाही.

त्यांचं बालपण अतिशय ऊर्जासंपन्न होतं, असं ते म्हणतात. ते राहायचे त्या बाथ या गावी त्यांचं घर डोंगरमाथ्यावर होतं आणि त्यांची शाळा होती आणखी एका डोंगरावर. त्यामुळे त्यांना शाळेत जाता-येता दोन्ही वेळेला डोंगर उतरणं-चढणं करावं लागत असे आणि दररोज या सरावामुळे त्यांना उत्तम धावपटू बनण्यासाठी आवश्यक असणारं प्रशिक्षण अगदी बालपणापासूनच मिळालं. त्या

काळी कार ही चैनीची गोष्ट होती. सगळेजण बहुतेक ठिकाणी पायी चालत जात असत. त्यामुळे छोट्या रॉजरचाही तोच नित्यक्रम असे.

तो उत्कृष्ट धावपटू आहे, ही गोष्ट त्याच्या आईवडिलांना माहीत होती. पण त्यांनी त्याला आयुष्य फक्त एकाच गोष्टीपुरतं मर्यादित ठेवू नकोस, अशी प्रोत्साहनात्मक शिकवण दिली. त्यामुळेच रॉजरनी डॉक्टर व्हायचं ठरवलं. ते वेळ मिळाला की, सराव करत असत; कॉलेजमधल्या तासांच्या दरम्यानच्या वेळात, जेवणाच्या सुट्टीत आणि त्याचाच खूप उपयोग झाला असावा. मग त्यांनी दीर्घ पल्ल्याच्या धावण्याच्या शर्यतीत आपली कुवत अजमावून पाहिली आणि ते १९५२ सालच्या ऑलिम्पिकसाठी पात्र ठरले. मात्र १५०० मीटर्सच्या शर्यतीत त्यांचा दारुण पराभव झाला. त्यावेळी त्यांचं वय बरंच कमी होतं. त्यांना संपूर्ण देशापुढे अत्यंत अपमानित झाल्यासारखं वाटलं. मात्र या पराभवाने खचून न जाता त्यांनी अधिकच जोमाने प्रयत्न सुरू केले. ते जागतिक स्तरावर स्वतःची मुद्रा उमटवण्यासाठी आतुर होते. त्यांची आणखी चार वर्ष थांबायची तयारी नव्हती. त्यामुळे धावण्यातला प्रति मैल चार मिनिटांचा विक्रम मोडायचा, असं त्यांनी ठरवलं.

पहिल्या ऑलिम्पिक स्पर्धेपासून जगभरातले क्रीडापटू आणि त्यांचे प्रशिक्षक हा चार मिनिटांचा विक्रम मोडण्याचा प्रयत्न करत होते. १९४५ सालामध्ये स्वीड गुन्डर हॅग ४:०१.४ मिनिटांप्रत आला होता. पण त्यानंतरच्या आठ वर्षांत हा विक्रम कोणीही मोडू शकलं नव्हतं. त्यामुळे तज्ज्ञ मंडळी या निष्कर्षाप्रत आली होती की, शरीरविज्ञानशास्त्रानुसार मनुष्यप्राण्याला यापेक्षा जलद गतीने धावणं शक्य नाही. प्रति मैल चार मिनिटं हेसुद्धा अशक्य कोटीतलं मानलं गेल्यामुळे त्याबद्दलही भयानक अंदाज वर्तवले जात होते. एका लेखात तर म्हटलं होतं की, असा अभूतपूर्व शारीरिक ताण घेतल्यास हृदय फाटेल!

मात्र १९५४ साली वैद्यकीय शिक्षण घेत असलेल्या रॉजर बॅनिस्टरनी स्वतः अभ्यास केला. त्यावरून हे शक्य असल्याचं आणि आपण हे करू शकतो, हे त्यांना समजलं. इथे त्यांचं वैद्यकीय ज्ञान उपयोगात आलं. मग त्यांनी त्यानुसार सराव करायचं ठरवलं. त्यांनी या खेळावर हुकूमत असणारे तज्ज्ञ आणि प्रशिक्षक यांना मुद्दाम दूर ठेवलं आणि स्वतःचा स्वतः सराव केला. १९५३ सालापर्यंत ते ४:०३:६ मिनिटे या वेळेपर्यंत येऊन पोहोचले होतेच.

दरम्यान, शास्त्रज्ञ आणि तज्ज्ञ मंडळी हा विक्रम मोडता येऊ शकेल, असं आदर्श वातावरण निर्माण करण्याची योजना तयार करत होते. त्यानुसार हा

धावण्याचा उपक्रम स्कॅडिनेव्हियात करायचं ठरलं. तिथे हवामान ६८ डिग्री होतं. ट्रॅक कडक आणि वाळलेला होता. वाऱ्याचे झोत नव्हते आणि अॅथलीट्सना मानसिक उभारी देण्यासाठी प्रेक्षकांच्या खचाखच गर्दीचं प्रोत्साहन उपलब्ध होतं. पण अशा आदर्श वातावरणनिर्मितीत धावण्याचा उपक्रम होण्याआधीच रॉजर बॅनिस्टर यांनी प्रयत्न करून पाहायचं ठरवलं.

६ मे १९५४ ऑक्सफर्डमधला अतिशय गारठ्याचा दिवस. दिवसभर वारं नुसतं भणाणत होतं. त्यामुळे त्या दिवशी हा प्रयोग रद्द करावा, असं रॉजरना वाटू लागलं होतं. पण खराब हवामानाची पर्वा न करता या ऐतिहासिक क्षणाचे साक्षीदार होण्यासाठी जमलेल्या १५०० प्रेक्षकांना नाराज करायचं नाही, या विचाराने त्यांनी धावायचं ठरवलं. दुपारी पडलेल्या पावसानं धावण्याचा ट्रॅक अद्याप ओलसरच होता. त्यांच्याबरोबर त्यांचे दोन 'पेसमेकर' सहकारी धावपटू होते. रॉजरनी पहिल्या 'क्वार्टर'मध्ये १:५८.२ मिनिटे अशी वेळ नोंदवली आणि त्यानंतर 'फिनिश' ला अवघे ३०० यार्डस बाकी असताना त्यांनी वेग वाढवला आणि बेभान होऊन ते अंतर पार केलं. जिवाच्या आकांताने लक्ष्य गाठताना क्षणभर त्यांना रंग उमगेनासे झाले होते. ते लगेचच भानावर आले तेव्हा निवेदकाचे शब्द त्यांच्या कानावर पडले... जागतिक विक्रम स्थापन झाला होता आणि वेळ होती तीन मिनिटे... एकोणसाठ पूर्णांक चार दशांश सेकंद!

रॉजर बॅनिस्टर यांच्या या उपक्रमाने संपूर्ण जगाला हे शक्य असल्याचं दाखवून दिलं. त्यानंतर अकस्मात पुढच्या वर्षभरात आणखी चार धावपटूंनी हे साध्य केलं. रॉजर यांचा विक्रम फक्त ४६ दिवस टिकला! वर्षानुवर्ष मानसिक धारणेमुळे जो प्रचंड अडसर निर्माण केला होता, तो त्यांनी ओलांडला. मानवी शरीराविषयी अद्याप आपल्याला सर्व गोष्टी ज्ञात नाहीत, ही गोष्ट त्यांनी दाखवून दिली आणि आपल्याला एखादी गोष्ट खरोखरच करायची असेल तर ती आपण करू शकतो, हेही दाखवून दिलं.

ही कथा आहे अशा माणसाची, ज्याची चूक इतिहासाच्या पानांमध्ये सर्वात सुप्रसिद्ध आहे. पण ही कहाणी त्याने काय बरोबर केलं आणि काय चूक, याची नाहीये, तर स्वतःची योजना प्रत्यक्षात उतरवण्याबद्दल त्याला किती दृढ विश्वास होता, याची आहे.

ख्रिस्तोफर कोलंबस यांची अगदी अखेरच्या श्वासापर्यंत समजूत होती की,

त्यांनी पूर्वेकडच्या देशांचा (Orient) शोध लावला. मात्र त्यांच्या निधनानंतर वर्षभरातच अमेरिगो वेस्पुक्की यांच्या प्रवासवर्णनपर लेखनातून पुराव्यानिशी सिद्ध झालं की, कोलंबस यांनी नव्या खंडाचा शोध नक्कीच लावला आहे. पण त्यांच्या आग्रही प्रतिपादनानुसार तो भारत नव्हता. त्यामुळे पुढे या नव्या खंडाचं नामकरण अमेरिगो या नावाचं इंग्रजी रूप करून 'अमेरिका' असं करण्यात आलं.

समुद्रपर्यटन आणि शोध हे कोलंबस यांच्या आयुष्याचा भागच होते. ते पोर्तुगालमध्ये कसे उतरले याच्या वेगवेगळ्या कथा आहेत. पण तिथे ते त्यांच्या भावासोबत राहत असत, यावर मात्र एकमत आहे. सोळाव्या शतकातल्या अशा शोधकर्त्यांचं जीवन आजच्या काळात जो कधीही न ऐकलेल्या नव्या उद्योगामध्ये गुंतवणूक करायला तयार असलेले गुंतवणूकदार शोधत असतो, अशा नवउद्योजकाच्या जीवनाशी साधर्म्य असणारं होतं. कोलंबस यांनासुद्धा नव्या विश्वाच्या शोधासाठी त्यांना आवश्यक असणारी साहित्यसामग्री आणि माणसं, तसेच त्यांची योजना आणि प्रस्ताव सादर करावे लागले होते आणि अगदी आजच्यासारखाच त्यांना त्यांचे प्रस्ताव सादर करण्यासाठी राजेशाही अधिकारपरंपरेतून मार्ग काढावा लागला होता. फरक फक्त इतकाच होता की, त्यांनी सादर केलेला प्रस्ताव अखेर राजासमोर सादर झाल्यानंतर तो तज्ज्ञ मंडळासमोर पुन्हा सादर करावा लागत असे. मग हा प्रस्ताव मजबूत आहे की नाही, त्याबाबत तज्ज्ञ मंडळ निर्णय देत असे.

कोलंबस यांच्या योजनांना अनेकदा नकार पचवावा लागला होता. ते भारतात जाण्याचा नवा मार्ग शोधण्याच्या प्रयत्नात होते, ही गोष्ट त्यावेळी हास्यास्पद वाटत होती. स्पेन आणि पोर्तुगाल या देशांनी पूर्वेकडची संपत्ती म्हणजे मसाले, रेशीम आणि ओपिअट्स (अफूयुक्त औषधी द्रव्यं) मिळवण्यासाठी कायमच भूमार्गाचा वापर केला होता. पण १४५३ मध्ये कॉन्स्टन्टिनोपलचा पाडाव झाल्यापासून भूमार्गाने प्रवास अधिकाधिक बिकट होत चालला होता. त्यात भर म्हणजे स्पेनला आर्थिकदृष्ट्या पुन्हा सावरावं लागणार होतं. काही अत्यंत महागड्या युद्धांमुळे त्यांची आर्थिक बाजू कमकुवत झाली होती. तसेच त्यांना इतर युरोपीय देशांवर आपलं वर्चस्व पुनर्स्थापित करायचं होतं. त्यामुळे तत्कालीन राजसत्तेने (राजा फर्डिनांड आणि राणी इसाबेला) कोलंबस यांच्या फाजील उत्साही योजनांचं प्रायोजकत्व घेण्यात रस दाखवला. पण कोलंबस यांनी पृथ्वीच्या परिघाचं मोजमाप चुकीचं

केलं, तसेच पश्चिमेकडच्या मार्गाने भारतात पोहोचण्यास किती वेळ लागेल, हाही त्यांचा अंदाज चुकला. त्यामुळे त्यांच्या योजना पुन:पुन्हा अपयशी ठरत गेल्या. युरोप आणि जपान यांदरम्यान भूभाग नाहीच, असं सर्वसामान्य मत होतं. बहुधा त्यामुळेच कोलंबस अमेरिकेच्या बेटांवर जाऊन धडकले तेव्हा आपण पूर्वेकडच्या देशांत (Orient) पोहोचलो, असं त्यांनी गृहीत धरलं!

पण कोलंबस यांची अतिशय स्तुत्य गोष्ट म्हणजे त्यांचा दृढ विश्वास! आपण सर्वस्वी अपरिचित, भयावह सागरी प्रदेश ओलांडून भारतात पोहोचू शकतो, यावर त्यांचा दृढ विश्वास होता. त्यामुळे त्यांची गृहीतकं चुकली तरी खरोखर काहीही फरक पडत नाही. ते स्वत:च्या ठाम मतांच्या वाऱ्यावर स्वार होऊन जहाजातून मार्गक्रमण करत राहिले.

त्यांच्या एका जलप्रवासादरम्यान त्यांनी अनुभवलेल्या सागरी वादळाचं चित्र त्यांच्या लेखनातून उभं राहतं. त्यांनी लिहिलं आहे, 'समुद्राचं इतकं खवळलेलं रूप कधी पाहिलं नव्हतं. उंचउंच उसळणाऱ्या लाटा आणि फेसानं भरून गेलेला समुद्र... वाऱ्याच्या झोतांनी आमची गतीच रोखली होती. ते आम्हाला पुढे जाऊ देत नव्हते. आम्ही धगधगत्या चुलीवरच्या पातेल्यासारखे जागीच खळखळ उकळत होतो. आभाळ इतकं भयानक रूपात कधीच पाहिलं नव्हतं. एक आख्खा दिवस आणि रात्र ते एखाद्या भट्टीसारखं धडधडून पेटलेलं दिसत होतं... विजांचा हिंस्र कडकडाट सुरू होता... विजा इतक्या त्वेषाने आणि भयानकपणे कडाडत होत्या की, आता स्फोट होऊन जहाजाच्या ठिकऱ्याठिकऱ्या उडून जाणार, असं आम्हा सर्वांनाच वाटत होतं. या दरम्यान आभाळातून अविरत पाणी वाहत होतं. त्याला मी पाऊस पडत होता, असं म्हणणार नाही. कारण तो एक महाप्रलयच होता. माणसं इतकी थकून गेली होती की, ती या धडकी भरवणाऱ्या अनुभवाची अखेर होण्यासाठी मृत्यूची आतुरतेनं प्रतीक्षा करत होती.'

त्यांनी हे सगळं सहन केलं ते त्यांच्या विश्वासाच्या बळावर! आणि हा त्यांच्या जलप्रवासाचा फक्त थोडासा भाग होता. त्याआधी त्यांनी या मोहिमेसाठी प्रायोजकत्व मिळवण्यासाठी सतरा वर्ष इतक्या दीर्घकाळ प्रयत्न केले होते. त्यांना वादळांना तोंड द्यावं लागलं. त्यांना वैचित्र्यपूर्ण भूमी आणि त्याहून वैचित्र्यपूर्ण स्थानिक रहिवासी शोधायचे होते. त्या ठिकाणी विकसित समाज असेल, असं त्यांना वाटत होतं... या साऱ्यासाठी माणसाची नक्कीच सर्वस्वी निराळी जातकुळी हवी! आपण ज्या मोहिमेवर निघालो आहोत, ती आपण कसंही करून फत्ते करू शकतो आणि

करून दाखवू याबद्दलचा इतका दृढ विश्वास अशाच माणसाजवळ असू शकतो.

शतकानुशतकं अशी माणसं आहेतच, जी नेमकं हेच करतात. मग ते नव्या भूमीचा शोध लावणं असो, नवा कृत्रिम अवयव वापरायला शिकणं असो, शून्यातून व्यवसाय उभारून जागतिक मापदंडाच्या व्यावसायिक स्तरावर पोहोचणं असो... या लोकांनी चमकवलेली क्षेत्रं निरनिराळी असतील. पण त्यामागची प्रेरणा... त्यांचा ठाम विश्वास एकसारखाच असतो.

सर एडमंड हिलरी यांनी म्हटलं आहे, **'आपण पर्वत सर करत नसतो तर आपण स्वतःवर विजय मिळवत असतो.'** आपल्या कर्तृत्वामुळे अनेक जणांना आपल्या पाऊलखुणा गिरवण्यास स्फूर्ती लाभली, या गोष्टीचा त्यांना खचितच अभिमान वाटला असेल. पण मला वाटतं, त्यांना विशेष अभिमान असेल तो एरिक विहेनमेयर यांचा. एरिक ही एव्हरेस्ट पर्वत सर करणारी जगातली पहिली दृष्टिहीन व्यक्ती होती!

एरिक यांनी त्यांच्या या सर्वात महान यशस्वीतेसाठी स्वतःला मानसिकदृष्ट्या कणखर बनवण्यात आयुष्यातला बराचसा काळ व्यतीत केला. त्यांना वयाच्या तेराव्या वर्षी अंधत्व आलं होतं. ते रेटिनाच्या दुर्मीळ आनुवंशिक आजाराचे बळी ठरले होते. त्याआधी हा क्रीडाप्रेमी मुलगा इतरांप्रमाणेच फूटबॉल आणि बास्केटबॉल खेळत असे. त्यांनी अंधत्व आल्यानंतर सर्वप्रथम असा क्रीडाप्रकार शोधला जो त्यांच्या आवडत्या खेळांची जागा घेऊ शकेल. त्यांनी कुस्तीला पसंती दिली आणि ते या क्रीडाप्रकारात अगदी निपुण झाले. हायस्कूलमध्ये असताना त्यांची आयोवा इथे होणाऱ्या 'नॅशनल ज्युनिअर रेसलिंग चॅम्पियनशिप' स्पर्धेसाठी निवड झाली. एरिकनी खूप लवकर एक गोष्ट आत्मसात केली होती, ती म्हणजे स्वतःच्या अपंगत्वावर मात करण्याचं रहस्य! आहे ते स्वीकारणं आणि आपल्या मर्यादांच्या परिघात आपण काय साध्य करू शकतो, ते शोधायला शिकणं.

एका शिबिरात त्यांचा 'रॉक क्लायम्बिंग'शी परिचय झाला आणि ते या क्रीडाप्रकाराच्या प्रेमातच पडले. या क्रीडाप्रकारात त्यांचं अंधत्व आड येत नव्हतं. त्यानंतरचं पाऊल होतं गिर्यारोहणाचं आणि लवकरच एरिक आफ्रिकेपासून ते अर्जेंटिनापर्यंत पर्वतशिखरं सर करू लागले. पण त्यांना एव्हरेस्ट सर करणं

कायमच अशक्य वाटत असे. मात्र एके दिवशी ते स्कॅटुरो नामक जिओफिजिसिस्टकडे गेले. त्यांनी यापूर्वीच एव्हरेस्ट सर केलं होतं आणि ते ऊर्जा कंपन्यांसाठी पेट्रोलच्या शोधार्थ शोधमोहिमांचं आयोजन करत असत. त्यांनी एरिकना एव्हरेस्ट मोहिमेत सहभागी होणार का, अशी विचारणा केली आणि लगेचच प्रस्ताव लेखी स्वरूपात तयार झाला, प्रायोजकही मिळाले आणि एरिक आणि 'नॅशनल फेडरेशन फॉर द ब्लाईन्ड'ची टीम मोहिमेवर निघाली. हे एरिक यांच्या जीवनातलं सर्वांत मोठं आव्हान होतं. मात्र आपण अजिबात प्रयत्नच न करण्यापेक्षा अपयश आलेलं परवडलं, असा त्यांनी विचार केला.

अपेक्षेप्रमाणेच चढण खडी आणि अतिशय धोक्याची होती. त्यांच्या टीममधले सदस्य आणि त्यांचे सहकारी मित्र त्यांना ओरडून दिशा सांगत होते तरी अतिशय उंचावर पोहोचल्यानंतर 'प्रत्येकजण स्वत:च्या जिवाचा,' अशी अवस्था होती. कारण मार्गावर बहुतेक ठिकाणी जीवनमरणाचा लपंडाव होता. मात्र एरिक यांच्या खंबीर मनोवृत्तीचा त्यांना खूप उपयोग झाला आणि ते पुढे वाटचाल करत राहिले. या दरम्यान त्यांच्या मनात सदैव विश्वास होता की, आपण हे साध्य करणार आहोत आणि त्यांची त्यांच्या टीममधल्या सहकाऱ्यांशी स्पर्धाही होती. इतक्या उंचीवर डोळस माणसंसुद्धा बर्फ आणि वेगवान वाऱ्यापुढे काहीही पाहू शकत नाहीत. त्यात भर म्हणजे गिर्यारोहणाला आरंभ व्हायचा तो दुपार टळण्याच्या दरम्यान आणि उजेड असायचा तो फक्त खाणकाम करणाऱ्यांच्या दिव्यांचा. अशा परिस्थितीतसुद्धा एरिक आव्हानांना तोंड देण्यास तयार होते.

दोन महिन्यांनी ते २२,५०० फूट उंचीवर 'साऊथईस्ट रिज'शी पोहोचले आणि त्याच वेळी हवामान प्रतिकूल बनलं. एव्हरेस्ट सर करू पाहणाऱ्या बहुतांश गिर्यारोहकांना शिखर अगदी आवाक्यात आलेलं असताना खराब हवामानामुळे आणि आवश्यक वस्तूंच्या कमतरतेमुळे माघारी फिरावं लागतं. सुदैवाने वादळ शमलं आणि एरिक यांची टीम मोहिमेच्या अंतिम टप्प्यात पोहोचू शकली. एका बाजूला १०,००० फुटांवर तिबेट, तर दुसरीकडे ७००० फुटांवर सिक्कीम अशा अतिशय धोकादायक टप्प्यावरून बरेचसे गिर्यारोहक मागे फिरतात. पण हवामान व्यवस्थित झाल्यामुळे एरिक पर्वतरांगांमधून वाट काढत राहिले आणि अतिशय खडी चढण असलेलं अंतर त्यांनी पंचेचाळीस मिनिटांत पार करून विजयश्री संपादन केली! 

एरिक यांचं हे कर्तृत्व केवळ व्यक्तिगत विजयच नाही, तर एखादा माणूस स्वतःच्या मर्यादा ओलांडून पुढे जातो तेव्हा... आपण एखादी गोष्ट साध्य करू शकतो, हा दृढ विश्वास त्याच्या मनात असतो तेव्हा... माणूस काय साध्य करू शकतो, याची साक्ष देणारं हे मूर्तिमंत उदाहरण आहे. एरिक विहेनमेयर यांच्या उदाहरणातून मला सर एडमंड हिलरी यांचं आणखी एक वचन आठवतं, 'अमुक एक गोष्ट करण्यासाठी, स्पर्धा करण्यासाठी तुम्ही कुणी खास हीरो असण्याची गरज नसते. त्यासाठी तुम्ही फक्त प्रेरणेने भारलेली सामान्य व्यक्ती असावं लागतं.'

आपण एखादी गोष्ट करू शकतो, या जिद्दीचं आपल्या महात्मा गांधींपेक्षा चांगलं उदाहरण आणखी कोणतं असेल? त्यांच्या शांत आणि ठाम निश्चयाने प्रदीर्घ काळ हुकूमत गाजवणाऱ्या ब्रिटिश सत्तेला हादरा दिला. त्यांची कथा आपल्या सर्वांनाच चांगली ज्ञात आहे. आपण सर्वजण जाणतोच की, त्यांनी शस्त्रं वापरली नाहीत. त्यांच्याजवळ फक्त ठाम खात्री होती की, आपण ब्रिटिशांना भारताच्या हाती सत्ता सोपवून इथून निघून जायला लावू शकतो. विचार करून बघा! त्या काळी हे किती हास्यास्पद वाटलं असेल! विशेषतः जे भारतीय वर्षानुवर्ष ब्रिटिशांच्या अधिपत्याखाली होते, त्यांच्या दृष्टीने ही कल्पनासुद्धा किती विपरीत असेल? पण महात्मा गांधींनी संयमाने आणि चिकाटीने त्यांच्या सहकाऱ्यांना पटवून दिलं की, अहिंसेच्या मार्गाने त्यांना स्वातंत्र्य लाभू शकतं; एवढंच नव्हे तर त्यांनी विनाविध्वंस 'स्वातंत्र्ययुद्धा'द्वारे त्यांचा मुद्दा ब्रिटिशांच्या लक्षात आणून दिला.

...आणि तरीही ते अगदी सामान्य माणूस होते. एका सामान्य, मध्यमवर्गीय कुटुंबातले. त्यांना काही विशेष फायदे मिळाले. उदा. त्यांना लंडनमध्ये शिक्षणाची संधी मिळाली. त्या काळी हा नक्कीच विशेष लाभ होता. पण त्यांनी हे विशेष लाभ त्यांच्या गुणवत्तेवर मिळवले, केवळ जन्माने नाही. सर एडमंड हिलरी यांच्या वचनाप्रमाणे ते 'प्रेरणेने भारलेली सामान्य व्यक्ती' होते.

मी त्यांच्या जिद्दीचं हे सामर्थ्य पाहून थक्क होतो. आपण हे साध्य करणार, याची त्यांना सदैव खात्री होती. हे त्यांच्या हातून घडण्याचं जणू विधिलिखितच होतं. इतर बऱ्याच भारतीय लोकांप्रमाणेच तेही खवळून उठले होते. पण आपल्या सर्वांच्या सुदैवाने त्यांनी त्यांच्या क्रोधाला अशी दिशा दिली की, त्यातून ब्रिटिश साम्राज्य उलथवून टाकण्याची अभूतपूर्व अशी शांततामय, व्यूहरचनात्मक योजना

आकाराला आली. त्यांच्या योजनेला बळ होतं ते फक्त त्यांच्या ठाम विश्वासाचं!

'आपण अमुक गोष्ट करू शकतो,' अशी ठाम खात्री दर्शवणाऱ्या उदाहरणासाठी अन्यत्र कुठे पाहण्याची गरजच नाही. महात्मा गांधींनी म्हटलंच आहे, 'माझे जीवन हाच माझा संदेश आहे.'

महात्मा गांधींनी जीवनात केवळ स्वतःवर ठाम विश्वास ठेवून आणि इतरांच्या चांगुलपणावरही विश्वास ठेवून हे सर्व साध्य करून दाखवलं. माणूस केवळ विश्वासाच्या बळावर कोणती उंची गाठू शकतो, याचं हे सर्वोत्तम उदाहरण आहे.

पैसा हे जोडउत्पादन आहे

खूप पैसे कमवण्याचं रहस्य म्हणजे फक्त पैसे कमवणं हे ध्येय न ठेवणे! मी प्रवचन झोडतोय, असं कदाचित तुम्हाला वाटेल. पण हे अगदी साध्यासरळ वास्तवावर आधारित सार्वत्रिक सत्य आहे. **तुम्ही तुमची वाटचाल सुरू करता ते सध्या प्रचलित असलेली उत्पादनं किंवा सेवांमध्ये सुधारणा करणं वा काहीतरी नव्या गोष्टीची सुरुवात करणं या उत्कट इच्छेने! या टप्प्यावर पैसे हा विचारात घेण्याचा मुद्दा कधीच नसतो. या टप्प्यावर स्वतःचा उत्तम नावलौकिक निर्माण करण्यावर लक्ष केंद्रित असतं आणि एकदा ते साध्य झालं की... आर्थिक लाभ त्यामागून येतोच.** अर्थात त्यासाठी तुम्ही दर्जेदार उत्पादनं किंवा सेवा देणं आवश्यक असतं. म्हणजे तुमचा ग्राहक तुमच्यावर विश्वास ठेवेल आणि तुम्हाला आणि तुमच्या कंपनीला विकासाचं **बळ लाभेल.** हीन दर्जाचा माल विकणारी काही तत्त्वशून्य माणसं असतीलही. पण त्यांनी मारलेल्या बढायांना ग्राहकांनी आव्हान देण्यास फारसा वेळ लागत नाही. ग्राहकांच्या मनात अशा लोकांचं नाव एकदा का काळ्या यादीत गेलं की, त्यांचं अस्तित्वच संपतं. त्यांच्या सदोष उत्पादनाची अथवा सेवेची वाईट मौखिक प्रसिद्धी ऐकून त्यांचं उत्पादन किंवा सेवा घेण्याची चूक कोणीही करणार नाही. मात्र जर उत्पादन उच्च दर्जाचं असेल तर हीच परिस्थिती उलट असेल. त्याचा निष्ठावान ग्राहक पाया तयार होईल, त्यांनी केलेल्या सकारात्मक मौखिक प्रसिद्धीमुळे ते उत्पादन किंवा सेवा आणखी काही लोक नव्याने वापरू लागतील आणि अगदी तुमच्या प्रतिस्पर्ध्यांच्या ग्राहकांनासुद्धा तुमचं उत्पादन किंवा सेवा घेऊन पाहावी, असं वाटू लागेल. अशा प्रकारे आर्थिक हिशेबाच्या नोंदवहीत दरसाल आकडे उंची

गाठत राहतील.

झटपट पैसे कमवण्याचा प्रयत्न करणं अथवा आपल्याला अधिक पैसे मिळतील या व्यर्थ आशेने दर्जापेक्षा पैसा मिळवण्याला प्राधान्य देणं, हा निव्वळ मूर्खपणा होय. कारण असं घडत नाही.

जगात कुठेही उत्पादन वा सेवा, मग त्या कोणत्याही असोत, मग तो हॅम्बर्गर असो की मायक्रोचीप, सौंदर्यवर्धक लोशन असो की कॉफी, त्याबाबतीत असंच म्हणावं लागेल. मी अशाच काही कथा निवडल्या आहेत. त्यातून हेच दिसून येतं की, जेव्हा लोक एखादं चांगलं उत्पादन बनवतात, तेव्हा इमर्सन यांनी म्हटल्याप्रमाणे, 'जग तुमच्या दाराशी येतं.' मग पैशाची बरसात होत राहते, हे आपण पाहतोच!

परीकथेवर आधारलेला अब्जावधी डॉलर्सचा उद्योग आणि साम्राज्य—

ही कहाणी सुरू झाली ते वॉल्ट डिस्ने यांच्या, 'स्नो व्हाईट अँड द सेव्हन ड्वार्फ्स' या परीकथेच्या ॲनिमेटेड रूपासाठी कमी श्रमांचा मार्ग शोधण्याच्या प्रयत्नांतून! त्यांच्या या प्रयत्नांतून मल्टीप्लेन कॅमेऱ्याचा शोध लागला. या कॅमेऱ्यामुळे ॲनिमेशनची नेहमीची वेळखाऊ प्रक्रिया आणि अनेक तासांची राबणूक वाचू लागली. या कॅमेऱ्याद्वारे काम करताना काही काचा वापरल्या जात असत. या काचांवर विविध घटक रंगवलेले असत. त्यामुळे ॲनिमेशन तयार करणारी व्यक्ती पार्श्वभूमी, देखाव्याचा पुढचा भाग अथवा गतीमध्ये नसलेल्या कुठल्याही घटकांचा पुनर्वापर करू शकत असे. १९३८ साली जेव्हा हा चित्रपट प्रदर्शित झाला तेव्हा त्याला अभूतपूर्व यश लाभलं. त्यावेळी ॲनिमेशन आणि रंगीत चित्रपट या दोन्ही गोष्टी नव्या होत्या आणि जगाने वॉल्ट डिस्ने यांच्या 'स्नो व्हाईट'सारखं काही यापूर्वी कधी पडद्यावर पाहिलं नव्हतं. वॉल्ट डिस्नेंनी त्यानंतर एकामागून एक यशाची शिखरं गाठली आणि त्यांची संस्था ॲनिमेशन चित्रपटनिर्मितीमध्ये जागतिक दर्जाची संस्था बनली आणि हे सगळं घडलं ते फक्त एका गोष्टीमुळे! ती म्हणजे, आपलं प्रत्येक काम आधीच्यापेक्षा अधिक चांगलं करण्याची डिस्ने यांची उत्कट इच्छा! या प्रक्रियेमध्ये त्यांनी आपल्याला समृद्ध आणि विस्मयकारक दृश्य अनुभूती दिली आणि त्यांना, त्यांच्या संस्थेला आणि ॲनिमेशन उद्योगाला पैसे मिळवून दिले. २००५ साली जागतिक ॲनिमेशन उद्योग ५५ अब्ज डॉलर्सवर पोहोचला होता आणि २००९ सालापर्यंत हा आकडा ७५ अब्ज डॉलर्सपर्यंत पोहोचणं अपेक्षित होतं. या कहाणीमध्ये '... आणि सर्वजण त्यानंतर सुखासमाधानाने नांदू

लागले,' असं म्हटलं तर चुकीचं ठरणार नाही.

बदकाचं कुरूप पिल्लू छानसा, आकर्षक हंस बनलं.

एक काळ असा होता, ज्यावेळी डेझर्ट कूलर्स हे एक कुरूप नवल होतं. धातू आणि गवत यांच्या ओबडधोबड एकत्रीकरणातून तयार झालेल्या या विचित्र यंत्रातून त्याहूनही कुरूप रबरी नळी लोंबकळत असायची. उष्ण, कोरड्या हवामानात राहणाऱ्या लोकांना घरी उकाड्यापासून बचाव करण्याचा दुसरा पर्यायच नसल्यामुळे ते हे यंत्र सहन करत असत. सौंदर्याभिरुची असणारे सजग लोक हे कुलर्स नजरेला पडणार नाहीत अशा ठिकाणी... सरळ कोनाड्यासारख्या जागेत, बाल्कनीत ठेवत असत. काहीजण तो छानशा कापडाने आच्छादून लपवण्याचा निष्फळ प्रयत्न करत असत.

एके दिवशी अहमदाबादमधल्या एका तरुण उद्योजकाने या डेझर्ट कुलरला पूर्णतः नवं रूप बहाल करायचं ठरवलं.

'सिंफनी' या नव्या 'ब्रँडेड' डेझर्ट कुलरने डिझाईनच्या संदर्भात अतिशय आश्चर्यकारक झेप घेतलीच, शिवाय त्याच्या कार्यपद्धतीतही बऱ्याच सुधारणा केल्या. मला ही सिंफनीची कथा चांगलीच ठाऊक आहे. कारण 'मुद्रा'मध्ये आम्ही आरंभी या ब्रँडचे मार्केटिंग आणि कम्युनिकेशन भागीदार होतो. हे नवं उत्पादन मोल्डेड प्लॅस्टिक बॉडीचं, देखण्या रूपात बनवलं होतं. त्याचे 'कंट्रोल्स' काळजीपूर्वक बनवलेले होते आणि त्याला चाकं बसवलेली होती. त्यामुळे हा कुलर आवाज न करता शांतपणे व्यवस्थित इकडे-तिकडे हलवता येत होता.

त्यामुळे या उत्पादनाचं लगेचच चांगलं स्वागत झालं, यात आश्चर्य नव्हतं. लवकरच सिंफनी एअर कुलरनं सर्व घरांमध्ये मानाचं स्थान मिळवलं. काही दिवाणखान्यांत तर तो पारितोषिक मिरवावं तसा अभिमानाने दर्शनी जागी दिसू लागला. त्यानंतर प्रत्येक हंगामात कुलरची आणखी नवी आणि अधिक सुधारित आवृत्ती बाजारात येऊ लागली आणि सिंफनी हा जगन्मान्य ब्रँड बनला... अधिक चांगलं उत्पादन देण्यावर लक्ष केंद्रित केलं तर घवघवीत यशोगाथा आकाराला येते, याचं हे चपखल उदाहरण आहे. बाजारात नव्या गोष्टी आणण्याच्या आणि नेतृत्व करणाऱ्या सर्वांच्या बाबतीत जे घडतं तेच सिंफनीच्या बाबतीतही घडलं. सिंफनीची नक्कल करणाऱ्या सामान्य आवृत्त्या बाजारात आल्या. पण त्या अल्पायुषी ठरल्या. दर्जापेक्षा पैशाला अधिक प्राधान्य दिलं जातं तेव्हा उत्पादन वेगाने मृत्युप्रत पोहोचतं, याचीच ही साक्ष आहे.

कपामध्ये नशीब उघडले!

आज आपल्याला जे 'स्टारबक्स' माहीत आहे, त्याची सुरुवात झाली तेव्हा त्याचं रूप असं नव्हतं. ते आजच्यासारखं तयार कॉफी पिण्याचं ठिकाण नव्हतं. सियाटलमध्ये कॉफीच्या बियांचे किरकोळ विक्रेते म्हणून याचा अगदी साधा आरंभ झाला होता. याचे प्रणेते होते तीन कॉफीप्रेमी विद्वान– इंग्रजीचे शिक्षक, इतिहासाचे शिक्षक आणि एक लेखक... बाल्डविन, झिगेल आणि बाऊकर. पुढे हॉवर्ड शुल्ट्झ स्टारबक्समध्ये आले आणि त्यांनी आज आपल्याला परिचित असलेल्या स्टारबक्सची निर्मिती केली. ते स्टारबक्सच्या मूळच्या मालकांच्या व्यावसायिक तत्त्वज्ञानाने, त्यांच्या कॉफीविषयक ज्ञानाने, उत्पादनाचा दर्जा उच्च राखण्याबाबतच्या त्यांच्या दृढ आणि चिरस्थायी बांधीलकीने अतिशय प्रभावित झाले होते आणि ग्राहकांना सुसंस्कृत करण्याच्या त्यांच्या तळमळीच्या वृत्तीचं त्यांना खूप विशेष वाटलं होतं. या त्रिमूर्तींना असा ठाम विश्वास होता की, सुसंस्कृत रसना म्हणजे त्यांच्या 'ब्लेन्ड्स'चे अधिक चांगले गुणग्रहण आणि भरपूर मौखिक प्रसिद्धी!

'आम्ही फक्त कॉफीचा दर्जा उंचावण्यासाठीच व्यवसाय करतो. आम्हाला इतर काहीही वाढवायचं नसतं.' असं मालक त्रिमूर्तींपैकी बाल्डविन यांनी शुल्ट्झना सांगितलं असावं.

या प्रकरणाचा हा मंत्रच आहे. **दर्जा उंचावा, बाकीच्या गोष्टी तुमच्या निष्ठावान ग्राहकांवर सोडून द्या.** शुल्ट्झना जे यश लाभलं त्यावरून असं दिसतं की, हा मंत्र त्यांनीही जपला होता. आज स्टारबक्स 'आयकॉनिक ब्रँड'च्याही पुढे पोहोचला आहे. स्टारबक्स हा कोट्यवधी अमेरिकी लोकांची नित्याची सवय बनला आहे. त्यांनी ग्राहकांचा हा विश्वास कपा-कपानं जिंकला आहे, हे स्पष्टच आहे. तुम्ही कॉफी पीत नसाल तर त्यांनी तुमच्यासाठी इतर पर्यायांची मालिकाच उपलब्ध केली आहे... हॉट चॉकलेटपासून ग्रीन टीपर्यंत निरनिराळे पर्याय इथे उपलब्ध आहेत. त्याचबरोबर सँडविचेसही! लोक जिथे जातील तिथे... विश्रांतीसाठी, आराम करण्यासाठी, मित्रांच्या भेटीगाठीसाठी... टोकिओ, सिंगापूर, कोरिया वा अमेरिका यापैकी जिथे कुठे असतील तिथे स्टारबक्स त्यांच्या सेवेसाठी हजर आहे. स्टारबक्स इंटरनेटवरून थेट मेल ऑर्डर्सही घेते... अगदी सगळीकडे! कॉफीच्या एका मस्त कपाची एवढी कर्तबगारी काही वाईट नाही, नाही का? 

हे संपूर्ण जगासाठी मोफत आहे, पण बिल गेट्सना त्याची ४० कोटी अमेरिकी डॉलर्स एवढी किंमत मोजावी लागली!

होय, जगातल्या पहिल्या मोफत ई-मेल यंत्रणेसाठी म्हणजेच 'हॉटमेल'साठी मायक्रोसॉफ्ट इतकी रक्कम द्यायला तयार होती आणि हा सौदा ठरवला होता बंगलोरच्या सत्तावीस वर्षीय तंत्रकुशल व्यक्तीने– म्हणजेच सबीर भाटिया यांनी. सबीर यांचे जुने मित्र जॅक स्मिथ यांच्या मनात ही संकल्पना जागली होती की, अशी मोफत वेब-आधारित ई-मेल यंत्रणा असावी, ज्यायोगे जगातला कोणताही माणूस कुठूनही जगातल्या कोणत्याही माणसाला कुठेही मेल पाठवू शकेल. यासाठी जाहिरातदारांकडून उत्पन्न मिळवता येणार होतं. इतका मोठा 'यूजर बेस' असताना जाहिरातदारांच्या उड्या पडणं स्वाभाविक होतं. या संकल्पनेला इतकं जबरदस्त यश लाभलं की, अवघ्या दोन वर्षांच्या आत 'हॉटमेल'चा यूजर बेस आजवरच्या इतर कुठल्याही मीडिया कंपनीपेक्षा जलद गतीने विस्तारला. ही कंपनी दररोज सव्वा लाख नवे ग्राहक मिळवत होती! कंपनी अतिशय लोकप्रिय झाली! ही संकल्पना चांगलीच आकाराला आली. ती अतिशय उपयुक्तही होती आणि सगळ्यात चांगली गोष्ट म्हणजे... ती मोफत होती. जगातल्या लोकांना यापेक्षा आणखी काही नको होतं. हॉटमेलने लोकांच्या परस्पर-संपर्काची पद्धतच बदलून टाकली आणि या प्रक्रियेत रूढीबद्ध पोस्टपद्धती मोडीत काढली. हॉटमेलबद्दलची जगाला स्तिमित करणारी गोष्ट म्हणजे या सेवेसाठी या सत्तावीस वर्षीय तरुणाला मिळणारी किंमत! १९९० च्या दशकाच्या उत्तरार्धात जग बदललं आहे. ते लक्षात घेता, मायक्रोसॉफ्टची गुंतवणूक कधीच वसूल झाली असेल. सबीर भाटिया आणि जॅक स्मिथ यांचं नाव जगाला तत्पर संपर्कसाधन मोफत उपलब्ध करून देणाऱ्या व्यक्ती म्हणून इतिहासात नोंदलं जाईलच. शिवाय आपल्या संकल्पनेचं मोल जाणण्याइतके चलाख असल्याबद्दल आणि तेवढं मोल मिळवल्याबद्दलही त्यांचं नाव घेतलं जाईल!

घरी 'ऑपल' आणा, आयुष्य सोपं बनवा. 

'ऑपल'चं आगमन होण्याआधी, संगणक ही फक्त गणिती कल असणाऱ्यांचीच मक्तेदारी होती. ही विस्मयकारक शक्ती अगदी मोजक्या लोकांपुरतीच मर्यादित होती. अखेर स्टीव्ह जॉब्ज आणि स्टीव्ह वोझनिऑक यांनी ही शक्ती मुक्त करून सामान्य लोकांपर्यंत पोहोचवायचं ठरवलं. त्या काळी ही कल्पना वेडगळपणाची वाटत असे. त्यामुळे 'कशासाठी' हा प्रश्न हटकून विचारला जात असे. हे यंत्र विज्ञान क्षेत्रातल्या गांभीर्यपूर्वक केलेल्या प्रगतीसाठी उपयुक्त आहे, तर मग ते

सर्वसामान्यांसाठी उपलब्ध करण्याने काय साध्य होणार आहे, असा सूर उमटत असे. पण त्या काळातल्या संकुचित आणि स्वत:ला श्रेष्ठ समजणाऱ्या संगणक शास्त्रज्ञांच्या विचारापेक्षा स्टीव्हद्वयींची 'व्हीजन' फार व्यापक होती. अशा प्रकारे सर्वांसाठी संगणक उपलब्ध केले तर लोक सामान्य गोष्टी ज्या प्रकारे करतात ती पद्धतच बदलून जाईल, असं त्यांना वाटत होतं. ॲपल आणि इतरांमधला सर्वांत मोठा फरक म्हणजे ॲपलचा दृश्य परिणाम! ॲपलचं सर्व काही 'ग्राफिक' आणि रंगीत होतं. संगणाकाकडून कोणतंही काम करून घेताना तुम्हाला एक ओळही लिहावी लागत नसे किंवा 'कमांड' द्यावी लागत नसे. फक्त 'क्लिक, ड्रॅग आणि ड्रॉप' एवढ्यावरच काम होत असे! यावर रेखाटन, रंगभरण आणि डिझाईन करता येत असे. 'ॲपल'च्या छोट्याशा विश्वातलं हे संपूर्णत: निराळंच जग होतं. ऐंशीच्या दशकात ॲपलने कोट्यवधी संगणक विकले. काळाच्या ओघात, ॲपलने नव्याने शोधलेला आणि घरगुती संगणक म्हणून वाटचाल सुरू केलेला हा संगणक आता असा मंच बनला आहे, जिथे जवळपास सर्व प्रकारचं डिझाईन केलं जातं. 'ॲपल मॅक'ने प्रकाशन क्षेत्रासाठी सर्वस्वी जग खुलं केलंच. शिवाय संगीतरचना, छायाचित्रांचं एडिटिंग, एवढंच काय, पण चित्रपटनिर्मितीसाठीसुद्धा याचा उपयोग करून घेतला जाऊ लागला... आणि ही यादी दिवसागणिक वाढतेच आहे.

गुंतागुंतीची यंत्रणा सर्वांच्या उपयोगाला येण्याजोगी सोपी-सुलभ करण्याच्या दिशेने टाकलेलं पाऊल वाटचालीसोबत इतकं भक्कम होत गेलं आणि त्याला इतका उदंड प्रतिसाद मिळत गेला की, 'ॲपल' आणि त्यांचा 'मॅकिन्टॉश' चित्रपट; संगीत, प्रकाशन, कला अशा अनेक उद्योगांसाठी अत्यावश्यक व्यासपीठ बनलं. काहीजणांच्या दृष्टीने तर 'मॅक' विना आयुष्याची कल्पनाच अशक्य आहे. एका गॅरेजमध्ये सुरू झालेली ही छोटीशी कंपनी आता अब्जावधी डॉलर्सची कंपनी बनली आहे. २७ मार्च २००९ रोजी या कंपनीची 'मार्केट व्हॅल्यू' होती ९५१५५.७ दशलक्ष अमेरिकी डॉलर्स आणि २००९ सालच्या 'फॉर्च्युन ५००' यादीत या कंपनीचं स्थान ७१ व्या क्रमांकावर होतं.

चालतंफिरतं संगीत

दीर्घ विमानप्रवासाइतकं कंटाळवाणं दुसरं काही नसेल. हा जरी एका उपखंडातून दुसऱ्या उपखंडात जाण्याचा सर्वांत जलद मार्ग असला तरी त्यासाठी चुकवावी लागणारी ही कंटाळवाणेपणाची किंमत खूप मोठी असते. 'सोनी कॉर्पोरेशन'चे अध्यक्ष अकिओ मोरिटा यांच्याइतक हे कुणाला माहीत असणार! अशाच एका प्रदीर्घ आणि कंटाळवाण्या विमानप्रवासात त्यांच्या मनात एक विलक्षण कल्पना

चमकली आणि त्या कल्पनेने संगीत ऐकण्याची पद्धत कायमची बदलून टाकली! त्यांनी परत आल्यावर त्यांच्या टीमला सांगितलं की, अशा प्रदीर्घ प्रवासादरम्यान मला माझं आवडतं ऑपेरा ऐकता आलं तर किती छान होईल!

...आणि आज जो चालत्याबोलत्या संगीताचा प्रचंड मोठा उद्योग विस्तारला आहे त्याच्या मुळाशी याच छोट्याशा कल्पनेचं बीज होतं! 

'सोनी वॉकमन' जगभरात किशोरवयीन आणि विशीच्या दरम्यानच्या तरुणाईच्या आकर्षणाचं केंद्र बनलं. ही जगातली पहिली, व्यापारी तत्त्वावरची सोबत नेता येण्याजोगी म्युझिक सिस्टिम होती. यावर आपण जाऊ तिथे आपल्या आवडत्या कॅसेट्स ऐकता येत होत्या. शिवाय काही वॉकमनवर रेकॉर्डिंगचीही सोय होती. या क्रांतिकारी नवोपक्रमाने अनेक वर्ष सर्वश्रेष्ठ स्थानावर राज्य केलं. त्यानंतर संगणकीकरणाद्वारे पार्श्वसंगीताचं स्वरूपच बदललं आणि एमपीश्रीचंही आगमन झालं.

या उत्पादनाचे जनक मोरिटा यांना 'वॉकमन' हे नाव अजिबात आवडत नसे. याची मजेशीर कहाणी आहे. पण हे नाव त्याला चिकटलं ते चिकटलंच! त्यांना हे 'नाव' बदलायचं होतं. पण त्यांच्या ज्युनिअर एक्झिक्युटिव्हजनी त्यांना ते फारच महागडं काम असल्याचं सांगितलं. त्यामुळे त्याचं नाव तेच राहिलं... वॉकमन!

आयुष्य अधिक मनोरंजनात्मक कसं करता येईल, याबद्दलचा साधासा विचार त्याच्या निर्मात्यांसाठी कोट्यवधी डॉलर्सचा ठरला आणि त्याने अखिल जगतात चैतन्य निर्माण केलं.

खाद्यशृंखला 

साध्या बनपावाच्या दोन स्लाईसमधला बर्गर हा जगभरात पसरलेल्या अब्जावधी डॉलर्सचा उद्योग बनेल आणि आधुनिक संस्कृतीचा 'आयकॉन' बनेल, असं सांगितलं तर कोणाचा विश्वास बसेल? पण तसं घडलं आहे. जिभेचे चोचले मोठे विलक्षण असतात आणि तिची तृप्ती करणाऱ्या माणसांना मिळणारं पारितोषिक खूप मोठं असतं.

बऱ्याच वर्षांपूर्वी, कॅलिफोर्नियातल्या डिक आणि मॅक मॅकडोनाल्ड या दोघा भावांच्या लक्षात आलं की, लोक जेव्हा घराबाहेर असतात तेव्हा त्यांना प्रचंड भूक लागते आणि पोटात असे कावळे कलकलाट करू लागतात तेव्हा आवडनिवड वगैरे नखरे करायची सोय नसते... त्यांना फक्त काहीतरी गरमागरम, तेही लवकर... तसंच ताजं आणि आरोग्यकारक खाद्य हवं असतं... आणि असे पदार्थ त्यांना

कारमधूनसुद्धा न उतरता, बसल्याजागी मिळू लागले तर बोनसच! आणि त्यामुळेच तुम्ही पुन:पुन्हा या ठिकाणी यालच!

अशा प्रकारे 'मॅकडोनाल्ड्स' या जगातल्या सर्वांत मोठ्या फास्ट फूड शृंखलेचा आरंभ झाला. त्यासाठी कुठली भव्यदिव्य रचना तयार केली नव्हती, तर हा उपक्रम आधारला होता माणसाची सर्वांत मूलभूत गरज भागवण्यावर, ती म्हणजे– भूक!

'मॅकडोनाल्ड्स'ची कहाणी अगदी साधी आहे. या बंधूंसोबत रे क्रॉक या उद्योगात आले आणि पुढे त्यांनी हा बिझनेस ताब्यात घेऊन त्याचा विस्तार केला. आज आपण ते रूप पाहतो आहोतच. 'मॅकडोनाल्ड्स'चं यश त्याच्या कार्यक्षमतेत आणि त्याच्या सातत्यपूर्ण उच्च दर्जात दडलेलं आहे. या दोन्ही गोष्टींमुळे त्याच्या निष्ठावान ग्राहकांमध्ये दृढ आणि चिरस्थायी विश्वास निर्माण झाला आहे. एवढंच नव्हे तर तुम्ही जगाच्या कोणत्याही कानाकोपऱ्यातल्या एखाद्या नव्या शहरात गेलात आणि तिथल्या अपरिचित वातावरणात गोंधळलात तर फक्त आजूबाजूला 'मॅकडोनाल्ड्स' दिसतं का पाहा... मग तुम्हाला घरी असल्याची अनुभूती देणारं खाणं मिळू शकेल, हे लक्षात येईल.

आज जगभरातल्या ११९ देशांत आणि प्रांतांत मॅकडोनाल्डची ३१,००० आऊटलेट्स आहेत. या आऊटलेट्सद्वारे दररोज जगभरातल्या सुमारे ४७ दशलक्ष ग्राहकांना सेवा पुरवली जाते! बनपावच्या दोन स्लाईस, एक बर्गर आणि त्यावर परिश्रमपूर्वक निर्माण केलेल्या विश्वासाचं भरपूर 'टॉपिंग' इतकं सारं साध्य करू शकतं!

 **'वाळूच्या कणात जग पाहा!'**

कवी विल्यम ब्लेक यांना कदाचित असं म्हणायचं असावं की, 'विश्वाचा सर्वांत छोटा भाग संपूर्ण विश्वाचं प्रतिनिधित्व करतो.' त्यामुळेच त्यांनी असं म्हटलं आहे. पण किलबाय आणि नॉयसी या दोघा शास्त्रज्ञांच्या शोधाने त्यांच्या निरीक्षणाला सर्वस्वी नवा दृष्टिकोन दिला आहे. या शास्त्रज्ञांनी 'मायक्रोचीप' तयार केली. हा आधुनिक जमान्यातला सर्वांत महत्त्वाचा शोध असेल. मात्र एक गोष्ट सुरुवातीलाच नमूद करायला हवी. ती म्हणजे किलबाय आणि नॉयसी या दोघांनीही त्यांचं संशोधन स्वतंत्ररीत्या केलं होतं. अनेक वर्षांच्या वादंगानंतर अखेर त्यांनी याचं श्रेय वाटून घेण्यास मान्यता दिली. 'इंटिग्रेटेड सर्किट' हे सिलिकॉनच्या चीपवर तयार

केलेलं अखंड इलेक्ट्रॉनिक सर्किट (ही सिलिकॉन चीप एखादी मुंगी वाहून नेऊ शकेल इतकी लहान असते.) आज उपलब्ध असलेल्या जवळपास प्रत्येक इलेक्ट्रॉनिक उपकरणाचा आत्मा असते. या शोधामुळे, आख्खी खोली भरून जाईल अशा उपकरणाऐवजी हाताच्या तळव्यात मावण्याएवढं उपकरण बनवणं शक्य झालं. माहितीच्या युगात आलेलं हे अत्यंत प्रभावी उपकरण आहे. किलबाय काम करत होते त्या 'टेक्सास इन्स्टूमेन्ट्स'ने दिलेल्या आकडेवारीनुसार १.१ ट्रिल्यन डॉलर्सच्या जागतिक इलेक्ट्रॉनिक्स बाजारपेठेत, २००४ साली इंटिग्रेटेड सर्किट्सची विक्री १७९ अब्ज डॉलर्सची होती.

किलबाय म्हणतात, 'मी फक्त प्रश्नाचं झटपट उत्तर मिळवण्याच्या प्रयत्नात होतो.' त्यांच्या कंपनीने त्यांच्यावर अत्यंत गुंतागुंतीची, किचकट कामगिरी सोपवली असती. ते काम त्यांना टाळायचं होतं. त्यातूनच 'इंटिग्रेटेड सर्किट'चा जन्म झाला!

'टेक्सास इन्स्टूमेन्ट्स'चे कर्मचारी उन्हाळी सुट्टीवर होते. त्यावेळी किलबाय फारच नवखे असल्यामुळे ते सुट्टीवर जाऊ शकत नव्हते. ते प्रयोगशाळेत एकटेच काम करत होते.

'मी जर लवकर चांगली कल्पना सादर करू शकलो नाही तर सुट्टी संपताच माझ्यावर मायक्रोमॉड्युल प्रोग्रॅम तयार करण्याचं काम सोपवलं जाईल, असं मला वाटत होतं,' असं त्यांनी टी.आर.रीड यांच्या *द चीप*[१] या पुस्तकात नमूद केले आहे.

दुसरीकडे, चीपची मोठ्या प्रमाणावर स्वस्तात निर्मिती करण्याचा मार्ग शोधण्याचं श्रेय नॉयसी यांनाही मिळालं. त्यांनी 'सिलिकॉन व्हॅली'तल्या 'फेअरचाईल्ड सेमीकन्डक्टर' या पहिल्या यशस्वी सिलिकॉन कंपनीच्या संशोधन आणि विकास विभागाच्या प्रमुखपदी काम करत असताना चीपचा शोध लावला. त्यानंतर पुढे ते 'इन्टेल'चे सहसंस्थापक बनले.

या दोन्ही स्वतंत्र संशोधनांमागची प्रेरणा कोणतीही असो, या दोन्हींमध्ये एक समान गोष्ट आहे, ती म्हणजे पैसा हे फक्त जोड-उत्पादन आहे, हे सार्वत्रिक वास्तव... हे दोन्ही शास्त्रज्ञ प्रचलित कार्यपद्धती अधिक सुधारण्याचा प्रयत्न करत होते आणि या प्रक्रियेत त्यांनी जग बदलून टाकलं आणि त्याचा परिणाम म्हणून त्यांना समृद्ध फळ लाभलं.

आपल्याला परस्परसंपर्कात राहणं शक्य बनवणारं गुंतागुंतीचं जग–

आमच्याकडच्या कामवालीचं यावाचून अडतं, तसंच पोस्टमनचंही आणि विद्यार्थ्याचं याच्यावाचून चालत नाही, तसंच एखाद्या उद्योगप्रमुखाचंही! हे एक असं उपकरण आहे जो आपल्या आयुष्याचा अविभाज्य भाग बनला आहे. व्यक्ती कोणत्याही व्यवसायातली वा कोणत्याही उत्पन्नगटातली असो या उपकरणावाचून तिचं चालतच नाही. हे उपकरण म्हणजे मोबाईल फोन! आपण इतके दिवस यावाचून कसं काय चालवलं याचं आश्चर्य वाटावं, अशी अवस्था आहे. अर्थात मोबाईल फोनविरहित जग ही काही फार जुनी आठवण नाही! आज हे जे वापरायला अगदी सोपं वाटणारं उपकरण ही अनेक वर्षांच्या कठोर परिश्रमाची आणि मोटोरोला आणि एटी ॲन्ड टी या दोन्ही कंपन्यांतल्या काही मेहनती अभियंत्यांच्या स्फूर्तींच्या आविष्काराची फलश्रुती आहे.

या दोन्ही कंपन्या आधीपासूनच 'कम्युनिकेशन्स' उद्योगात होत्याच. यातली मोटोरोला ही टू वे रेडिओमधली तज्ज्ञ होती, तर एटी ॲन्ड टी (बेल लॅब्ज) सेल्युलर तंत्रज्ञानाच्या गुंतागुंतीच्या यंत्रणेची निर्माती होती. आज आपण सकाळी घरातून बाहेर पडताना खिशात जो फोन टाकून बाहेर पडतो तो सेल्युलर मोबाईल फोन बनवण्यासाठी या दोन्ही कंपन्यांचं एकत्रित कार्य कामी आलं.

या दोन्ही कंपन्यांना कार फोनची 'रेंज' विस्तारायची होती, त्यातूनच या शोधाची मुहूर्तमेढ रोवली गेली. कार फोन रेडिओ फ्रिक्वेन्सीजवर चालत असे. तो लँडलाईन फोन यंत्रणेशी जोडलेला असे. पण चालकाला गाडीतून बाहेर पडल्यानंतरही फोन सोबत नेता येण्यासाठी 'रेंज' वाढवण्याच्या दृष्टीने सर्वस्वी नवी संपर्क यंत्रणा तयार करावी लागणार होती. ही कामगिरी फत्ते करण्यासाठी त्यांना अनेक आव्हानं पार करावी लागली. यातलं सर्वांत मोठं काम होतं सेल्युलर यंत्रणा तयार करण्याचं वा त्यासाठी आवश्यक ती सरकारी परवानगी मिळवणं आणि दुसरं काम म्हणजे या उपकरणाचा यापूर्वी कधीही अस्तित्वात नसलेला नमुना बनवणं. यासाठी त्यांना तुलनेला काहीही नव्हतं किंवा अमुक गोष्टीपेक्षा सुधारित आवृत्ती बनवायची आहे अशीही कुठली गोष्ट नव्हती. ही संकल्पना शून्यातूनच आकाराला आणायची होती.

'आम्ही त्याला 'शू फोन' म्हणायचो. कारण तो काहीसा बुटासारखा दिसायचा.' मोटोरोलाचे इन्डस्ट्रियल डिझाईन संचालक रुडी क्रोलॉप[१] सांगतात.

अखेर, १ सप्टेंबर १९८३ रोजी मोटोरोलाने इतिहास घडवला. १० वर्षांचे दीर्घ प्रयत्न आणि १०० दशलक्ष अमेरिकी डॉलर्सच्या गुंतवणुकीला फळ आलं. यूएस फेडरल कम्युनिकेशन्स कमिशनने (Dyna TAC 800X) या जगातल्या पहिल्या व्यावसायिक मोबाईल फोनला मान्यता दिली. काहीजणांच्या साध्याशा प्रयत्नातून सुरू झालेल्या या प्रवासात भलीमोठी टीम सहभागी झाली आणि त्यांच्या संशोधनाने जगभरात परस्परांशी बोलण्याची पद्धत कायमची बदलली... हे सारं थक्क करणारं आहे, नाही का?

---

[१] http://www.motorola.com/staticfiles/Business/corporate/US-EN/ history/feature-cellphone.development.html

तुमच्या स्वप्नांवर पकड मिळवा

तुमच्या स्वप्नांवर पकड मिळवा अथवा मी यापूर्वी म्हटल्याप्रमाणे... चिकाटीने वाटचाल करत राहा. तुम्ही स्वत:च्या बाबतीत कधी कल्पनासुद्धा केली नसेल इतकी चिवट चिकाटी दाखवा. तुम्ही तुमच्या स्वप्नांवर पकड मिळवली नाहीत तर नक्कीच ती तुमच्यापासून दूर जातील.

उदाहरणादाखल सांगायचं तर मी विशीत असताना माझी लेखक होण्याची तीव्र इच्छा होती. पण त्यावेळी परिस्थिती त्यासाठी अनुकूल नव्हती. मला उपजीविकेची सोय करायची होती, घर चालवायचं होतं. मनात गुप्तपणे जोपासलेल्या या विलक्षण स्वप्नाचे लाड करणं मला परवडण्याजोगं नव्हतं. त्यामुळे मी त्या काळी माझी जी कर्तव्यं होती त्यासाठी स्वत:ला मनापासून झोकून दिलं आणि आज मागे वळून बघताना मला जराही खंत वाटत नाही. तेव्हापासून आजअखेर मी दीर्घ टप्पा पार केला आहे आणि त्याचं सगळं श्रेय मी घेतलेल्या करिअरविषयक निर्णयांना आहे.

त्यानंतर अकस्मात मला लेखनाचा अनपेक्षित प्रस्ताव चालून आला. फक्त लेखच नव्हे तर पूर्ण पुस्तक! कल्पना करा. मी मुख्य कार्यकारी अधिकारी म्हणून पक्का मुरलेला माणूस वयाची साठी गाठल्यानंतर माझं लेखक बनण्याचं किती काळ मनात जपलेलं स्वप्न पूर्ण करणार होतो! मी वयाच्या त्रेसष्टाव्या वर्षी माझं नाव असलेलं, माझ्या पुस्तकाचं पहिलंवहिलं मुखपृष्ठ पाहिलं! आता आयुष्याची गती थोडी कमी होणार, असं मला वाटत होतं. त्याच वेळी आयुष्याने गती पकडली आणि जी गोष्ट स्वप्नच राहणार, असं मला सदैव वाटायचं, त्या दिशेने मला अगदी वेगानं नेलं.

आपल्याला हे आधी माहीत नसतं.

पॉल कोएल्हो म्हणतात– तुम्हाला एखादी गोष्ट आत्यंतिकतेने हवी असते तेव्हा ती तुम्हाला मिळण्यासाठी अखिल विश्व एकजूट करतं. खरंतर ते तुम्हाला योग्य दिशेने रेटतं, ज्यायोगे तुम्ही तुमचं स्वप्न साकार करू शकता. मात्र त्यासाठी तुम्ही ठाम असायला हवं, तुमचा विचार निम्म्या वाटेतच बदलता कामा नये, ही एकमात्र अट असते. तुम्हाला एखादी गोष्ट आत्यंतिकतेने हवी असते तेव्हा, ती तुम्हाला मिळू नये यासाठी लगेच कामाला लागणारे बरेच लोक असतात! त्यामुळे तुमची चिवट चिकाटी हा तुमच्या स्वप्नांप्रत पोहोचवणारा एकमात्र पासपोर्ट असतो. त्यामुळे आशा सोडू नका. वीट येऊन चिडू नका. तुमचं स्वप्न साकार होईपर्यंत तग धरून राहा आणि जेव्हा तुमचं स्वप्न साकार होईल, तेव्हा तुमच्या लक्षात येईल की, तुम्ही त्याचा पुरेपूर आनंद घेण्यासाठी पूर्णतः तयार होण्याची विश्व वाट पाहत होतं.

तैब मेहता. वयाच्या ८० व्या वर्षी जग त्यांच्या पायाशी आलं!

तैब मेहता हे भारतातल्या सर्वांत नम्र कलाकारांपैकी एक होते. चित्रकलेकडे पैसे मिळवण्याचं माध्यम म्हणून न पाहता खऱ्या ऊर्मीने चित्रं रेखणाऱ्या कलावंतांच्या जातकुळीतला हा चित्रकार! त्यांनी करिअरला प्रारंभ केला तो या कलाप्रकारात नाही. ते मुंबईच्या 'फेमस स्टुडिओ'मध्ये 'फिल्म एडिटर' होते. पण ते या व्यवसायात फार काळ रमले नाहीत. त्यांनी 'सर जे. जे. इन्स्टिटट्यूट ऑफ अप्लाईड आर्ट'मध्ये प्रवेश घेतला. त्यांनी तिथून पदवी घेतली आणि त्यानंतर लगेचच स्वत:ला चित्रकलेत झोकून दिलं... त्यांनी कॅनव्हासमागून कॅनव्हासवर कलाविष्कार घडवला.

इतर बऱ्याच कलावंतांसारखंच त्यांनाही हातातोंडाची मिळवणी करण्यासाठी कायमच झगडावं लागत असे. *'न्यूयॉर्क टाईम्स'ला* दिलेल्या एका मुलाखतीत त्यांनी म्हटलं होतं की, त्यांना प्रदर्शन भरवायचं होतं. पण त्यावेळी त्यांच्याजवळ कॅनव्हास विकत घ्यायला पैसे नव्हते. ही खडतर परिस्थिती बदलण्यास खूप काळ लागला. एकदा तर त्यांनी पत्नीला सांगितलं होतं की, आपण उपाशी मरणार आहोत. त्यावर त्यांची पत्नी आनंदाने उत्तरली होती, 'ठीक आहे, आपण एकत्र मिळून उपाशी मरू!'

त्यांचं घर त्यांची पत्नीच चालवत असे. त्या काम करून पैसे मिळवत असत आणि तैब घरी राहून चित्र रेखाटत असत. अखेर, बारा वर्षांनी त्यांचं पहिलं चित्र

विकलं गेलं. त्यांचे मित्र एम.एफ. हुसेन यांनी एका मैत्रिणीला तैब मेहतांची चित्रं दाखवली. तिने त्यांची चार चित्रं तीस अमेरिकी डॉलर्स इतक्या घसघशीत किमतीला विकत घेतली!

अनेक दशकांच्या संघर्षानिंतर, त्यांचं 'सेलिब्रेशन' नामक, खोलीच्या आकाराचं भव्य 'ट्रिप्टिक' तीन लाख अमेरिकी डॉलर्सना विकलं गेलं. त्यावेळी तैब पंच्याहत्तरीचे असतील. आंतरराष्ट्रीय स्तरावर भारतीय कलेला भरभरून दाद मिळतेय, याचंच ते द्योतक होतं. त्यानंतर त्यांच्या 'महिषासुर'ची विक्रमी विक्री झाली. हे चित्र ख्रिस्तीज, न्यूयॉर्कमध्ये १.५८ दशलक्ष अमेरिकी डॉलर्सना विकलं गेलं! समकालीन भारतीय कलावंताने दशलक्ष डॉलर्सचा टप्पा ओलांडण्याची ही पहिलीच वेळ होती.

या भल्यामोठ्या रकमेचा त्यांना आनंद होताच, शिवाय जगभरातून त्यांच्या कलाकृतींना लाभणारी मान्यता त्यांना सुखावत होती. सगळ्या कलावंतांना आपल्या कलेला पसंतीची पावती मिळावी, याचीच तर आस असते ना?

त्यांनी मुलाखतकाराला सांगितलं होतं, 'हे आमच्या जीवनकालातच घडलं ते छान झालं. मी ऐंशी वर्षांचा आहे. मला देवाचं बोलावणं कधीही येऊ शकतं. कोणाजवळ पैसे असतील तर ते विकत घेऊ शकतात. त्यांना विकत घेऊ दे.'

अशा प्रकारे आयुष्यातला बराचसा काळ हातातोंडाची मिळवणी करण्याच्या प्रयत्नात घालवणाऱ्या तैब मेहतांना अखेर वयाच्या ऐंशीव्या वर्षी जॅकपॉट लागला. पैसा मिळवणं हे त्यांचं मुख्य साध्य नव्हतं, तरी पैसे मिळाल्याचा आनंद अर्थातच होता. आपली कला एक दिवस जगाकडून नावाजली जाईल, हे स्वप्न त्यांनी सदैव उराशी जपलं आणि तो दिवस आला तेव्हा अखिल विश्वानेही त्यांच्यावर सुवर्णबरसात केली.

समकालीन भारतीय कलावंतांमध्ये तैब मेहतांच्या कलाकृती सर्वाधिक खपाच्या आहेत.

रे क्रॉक. आयुष्य वयाच्या बावन्नाव्या वर्षी सुरू होतं... तुमच्या तब्येतीची अवस्था कशीही असली तरी!

"मी बावन्न वर्षांचा होतो. मला मधुमेह होता आणि सांधेदुखीलाही सुरुवात झाली होती. त्याआधी मी मूत्राशय आणि थायरॉईड ग्रंथी बरीचशी गमावली होती. पण अजून माझ्या आयुष्यात सर्वोत्तम गोष्टी पुढे घडणार आहेत, याची मला खात्री

होती.’’ हे उद्गार आहेत ‘मॅकडोनाल्डस्’च्या रे क्रॉक यांचे. त्यांनी मॅकडोनाल्डशी नातं जोडण्याआधीच्या परिस्थितीचं हे वर्णन आहे.

अखेर त्यांनी मॅकडोनाल्ड बंधूंकडून हॅम्बर्गर रेस्टॉरंट विकत घेतलं आणि त्याचं भव्यदिव्य रूपांतर केलं. त्यांना या रेस्टॉरन्टच्या सामर्थ्याची मॅकडोनाल्ड बंधूंपेक्षाही जास्त खात्री होती. अखेर १९६१ साली अवघ्या २.७ दशलक्ष अमेरिकी डॉलर्समध्ये सौदा पटवून त्यांनी ते विकत घेतलं.

रे यांचं करिअर मोठं विलक्षण आहे. त्यांनी वयाच्या पंधराव्या वर्षी रुग्णवाहिका चालक म्हणून कामाला सुरुवात केली. त्यावेळी त्यांनी खोटं वय सांगितलं होतं. त्यानंतर त्यांनी पियानोवादकाची नोकरी मिळवली. त्यानंतर कागदी कप विकण्यास सुरुवात केली. याच कागदी कपांच्या कंपनीत त्यांना एक सद्‌गृहस्थ भेटले. ते मिल्कशेक मिक्सर विकत असत. त्यांनी या कंपनीतून ट्रकच्या ट्रक कागदी कप खरेदी केले होते. मग पुढे सतरा वर्ष रे अमेरिकाभर हे मिक्सर विकत होते. त्यातूनच त्यांची मॅकडोनाल्ड बंधूंशी भेट झाली. त्यांचं अपूर्व रेस्टॉरंट त्यांना खूपच भावलं. त्यामुळे ते अमेरिकाभर अशी आणखी दुकानं थाटण्यासाठी त्यांच्या मागे लागले. ‘हे काम कोण करणार?’ असं त्यांना विचारलं असता ते तत्परतेने उत्तरले, ‘मी केलं तर चालेल का?’

...त्यानंतरचा इतिहास सर्वश्रुत आहे.

रे क्रॉक बावन्न वर्षांचे झाले, त्या वेळपर्यंतच्या खडतर आयुष्याचे व्रण त्यांच्यासोबत आलेच होते. पण हे सगळं त्यांच्या खिजगणतीतही नव्हतं. कारण ते मनोमन जाणून होते की, ते त्यांचं स्वप्न साकार करण्याच्या जवळसुद्धा आलेले नाहीत. त्यांनी मुलाखतीमध्ये त्यांच्या आजारपणाविषयी जे काही सांगितलं आहे तशा अवस्थेतला दुसरा कुणी आहे तिथेच थांबला असता. कदाचित त्याने आत्मनिरीक्षणातून असा निष्कर्ष काढला असता की, हा विश्वाचाच आपल्याला गती कमी करण्याचा इशारा आहे. पण रे क्रॉक यांनी एकदाही असा विचार केला नाही. त्यांना जे आजार होते त्यातला एखादा आजार असलेल्या काहीजणांना अतिशय दु:खी होण्यास एवढं कारण पुरेसं असेल.

खरंतर माझ्या वाचनात त्यांच्याविषयीचं हे सारं– म्हणजे त्यांनी स्वत:विषयी सांगितलेलं प्रथमच आलं. मी त्यांच्याविषयी जे काही वाचलं होतं ते कायम बिझनेसबद्दलचंच होतं. त्यामुळे सगळ्यांसारखंच मीसुद्धा हे गृहीतच धरलं होतं की, वयाच्या बावन्नाव्या वर्षी ते अगदी उत्तम ‘फॉर्म’मध्ये असणार! त्यामुळे

त्यांच्याजवळ वेळेआधी निवृत्तीचं समर्थन करण्याजोगी सर्व कारणं होती, हे कळल्यानंतर स्वाभाविकपणे मला फार आश्चर्य वाटलं. त्यांनी सर्वस्वी नव्या करिअरमध्ये पाऊल टाकायचं ठरवलं तेव्हा त्यांची तब्येत चांगली नव्हती. शिवाय चपळ असण्याचं त्यांचं वयही नव्हतं. हे कळल्यानंतर मला त्यांच्याविषयी वाटणारा आदर आणखी दुणावला. त्यांना त्यांच्या या स्वप्नावर पूर्णत: लक्ष एकवटावं लागलं. नाहीतर ही अपूर्व रेस्टॉरंट्स शृंखला त्यांच्याकडून हिरावून घेतली गेली असती. आयुष्याचा बराच टप्पा ओलांडल्यानंतर, आपल्या स्वप्नांच्या पूर्ततेसाठी कामाला आरंभ करता येणं, हा अतुलनीय गुण आहे. त्यांनी स्वप्नावर खरोखरच पकड मिळवली. त्यांनी ते साकार करण्यासाठी खूप परिश्रम घेतले. पण त्यांना त्याचं भरभरून बक्षीसही लाभलं.

टीना टर्नर... तुम्हीच तुमचे रक्षणकर्ते असता.

बालपणी टीना ॲना मई बुलक या नावाने ओळखली जात असे. तिच्या बालपणीच तिला आणि तिच्या बहिणीला त्यांची आई सोडून गेली... आणि पुढे, त्यांचे वडीलही त्यांना सोडून गेले! त्यानंतर या दोघी बहिणी दुसऱ्या गावी आल्या. तरुण ॲना गायनाच्या बळावर उपजीविका करण्याचा प्रयत्न करत होती. तिने स्थानिक क्लबमध्ये विचारणा केली असता, तिला ठाम नकार मिळाला. तिला नाकारणारा माणूस होता आईक टर्नर. याच माणसाशी तिने पुढे लग्न केलं.

मात्र टीनाला नकार परवडणारच नव्हता. ती चिवटपणे प्रयत्न करत राहिली आणि अखेर ते दोघे एकत्र काम करू लागले. त्यांचं पहिलं एकत्र गाणं हा आईकचा निर्णय असण्यापेक्षा 'सुदैवी अपघात' होता! आईकच्या 'अ फूल इन लव्ह'साठी आधी ठरलेली गायिका ध्वनिमुद्रणाला आलीच नाही. त्यामुळे संधीच्या प्रतीक्षेत असलेल्या टीनाला तिथे प्रवेश मिळाला. त्याला जबरदस्त लोकप्रियता लाभली आणि हे दोघे 'द आईक ॲन्ड टीना रिव्ह्यू' म्हणून ओळखले जाऊ लागले. त्यानंतर प्रसिद्धीचा मार्ग अगदी गुळगुळीत होता. त्यांची गीतं एकामागून एक 'हिट' झाली. मात्र तिच्या यशाची कमान चढती असली तरी तिच्या व्यक्तिगत जीवनात घसरण सुरू झाली होती. ती पुन्हा एकटी पडली. पदरात चार मुलं आणि बँकेच्या खात्यात खडखडाट अशी अवस्था होती. मग टीनाने स्वत:च्या पायावर आयुष्याचा पुन्हा प्रारंभ केला. तिच्या मार्गावर कर्जाचे डोंगर होते. शिवाय पुन्हा एकटीने ही चढण पार करणं कठीण होतं.

पदरातल्या चार मुलांना खाऊ घालण्यासाठी प्रयत्न करताना तिला नित्य अडचणी येत होत्या. अशा वेळी तिला लोकप्रिय गायक बनण्याचं स्वप्न खूपच दूर

गेल्यासारखं वाटत असेल. पण ती झगडत राहिली आणि अखेर रॉजर डेव्हिसच्या रूपाने तिला मदतीचा हात लाभला. हा तरुण व्यवस्थापक नुकताच लॉस एंजिल्समध्ये आला होता. मग या दोघांनी मिळून तिचं करिअर पुन्हा घडवण्याचं दु:साध्य काम सुरू केलं.

१९८४ साली टीनाचा 'प्रायव्हेट डान्सर' हा अल्बम आला आणि ती पुन्हा कीर्ती आणि भाग्याच्या कक्षेत परत आली. हा अल्बम आता सदाहरित 'क्लासिक' बनला आहे. त्यातल्या 'व्हॉट्स लव्ह गॉट टू विथ इट'ने प्रचंड लोकप्रियता मिळवली. वयाच्या चव्वेचाळिसाव्या वर्षी प्रथम क्रमांकावर पोहोचणारी ती सर्वाधिक वयाची गायिका होती. जगभरात अल्बमच्या ११ दशलक्ष प्रती खपल्या. त्यानंतर तिच्या यशाची कमान चढतीच राहिली. तिला चित्रपटात भूमिका मिळाली, तिचं आत्मचरित्र प्रसिद्ध झालं, त्यानंतर त्यावर आधारित चित्रपट बनला आणि तिच्या कार्यक्रमांचे विक्रमी दौरे झाले... हे सगळं एकामागोमाग एक झटपट घडत गेलं. शिवाय तिला ग्रॅमी ॲवॉर्ड मिळालं, एमटीव्ही व्हिडिओ म्युझिक ॲवॉर्ड मिळालं आणि दोन अमेरिकन संगीत पुरस्कारही मिळाले.

टीना टर्नरने दीर्घकाळ मनाशी जपलेलं स्वप्न अखेर साकार झालं. तिला फक्त अमेरिकेतच नव्हे तर जगभरात कीर्ती लाभली... आईवडिलांनी सोडून दिलेल्या एका छोट्याशा मुलीची ही इथवरची वाटचाल नक्कीच खूप मोठी होती.

'मला कडवटपणासाठी वेळच नाहीये,' टीना म्हणते, 'तुम्ही जेव्हा यशस्वी होण्यासाठी प्रयत्न करत असता तेव्हा तुमच्या मनात कडवटपणाला वेळ असता कामा नये. तुम्हाला जे हवं आहे, त्या दिशेने काम करत राहा... माझी वृत्ती ही अशी आहे.'

कर्नल सॅन्डर्स... आयुष्य 'बोटं चाटण्याइतकं' छान असू शकतं. तेसुद्धा वयाच्या कोणत्याही टप्प्यावर!

त्यांना फक्त एकच यशस्वी उद्योग हवा होता. तुम्हाला कदाचित वाटेल की, यात काय मोठंसं? पण काहीजणांच्या बाबतीत नशीब अगदी साध्या-साध्या गोष्टी घडू देत नाही. त्यांनी अनेक दशकं वेगवेगळ्या व्यवसायांत नशीब अजमावून बघितलं. पण प्रत्येक वेळी कोणत्या ना कोणत्या कारणाने त्यांना अपयश आलं. अखेर त्यांनी त्यांचं पाककौशल्य आणि मार्केटिंग तंत्राचं ज्ञान यांचा मिलाफ घडवण्याचं ठरवलं आणि त्याच वेळी नशिबाने त्यांना 'ब्रेक' देण्याचं ठरवलं.

हार्लंड सँडर्स आणि त्यांच्या दोन भावंडांना त्यांच्या बालपणी स्वत:च्या खाण्यापिण्याची व्यवस्था स्वत:च बघावी लागत असे. कारण त्यांच्या आईला अर्थार्जनासाठी, त्यांना घरी एकटं सोडून बाहेर कामावर जावं लागत असे. वयाच्या अवघ्या सहाव्या वर्षी पितृछत्र हरपलेल्या सँडर्सनी भावंडांबरोबर स्वयंपाक करताना पाककौशल्य आत्मसात केलं. त्यांचं औपचारिक शिक्षण सातव्या इयत्तेतच संपलं. तेव्हापासून त्यांनी रंगारी, स्ट्रीट कार कंडक्टर, फेरीबोटवाला, विक्रेता अशी अनेक कामं केली. पण यात फारशी कमाई होत नसे. ही धडपड करत असतानाच त्यांनी पत्राद्वारे कायद्याचं शिक्षण घेतलं. कायद्याच्या पदवीमुळे ते लिट्ल रॉक, अर्कान्सासमध्ये 'जस्टीस ऑफ पीस' बनण्यासाठी पात्र ठरले.

त्यानंतर त्यांनी गॅस स्टेशन सुरू केलं. त्यापाठोपाठ त्यांनी ट्रकचालकांना घरगुती भोजन पुरवण्यास सुरुवात केली. त्यांच्या या भोजनाला पसंतीची इतकी छान पावती मिळू लागली की, त्यांनी गॅस स्टेशनचा उद्योग सोडून दिला आणि 'सँडर्स कॅफे' हे दीडशे लोक बसू शकतील एवढ्या क्षमतेचं रेस्टॉरंट सुरू केलं. फ्राईड चिकन ही त्यांच्या मेन्यूमधली एक खासियत होती. त्यांना परिपूर्णतेचा इतका ध्यास होता की, ते प्रयोग करत राहिले आणि अखेर त्यांनी त्यांचं खास असं अकरा पदार्थांचं (herbs) 'सिझनिंग' तयार केलं. त्यावेळी नुकताच प्रेशर कुकरचा शोध लागला होता. ते त्याचाही वापर करत असत. त्यांच्या भोजनाला इतकी लोकप्रियता लाभली की, केन्टुकीच्या गव्हर्नरनी त्यांच्या योगदानाबद्दल त्यांना 'कर्नल' पदवी देऊन त्यांचा सन्मान केला!

अशा प्रकारे त्यांची घडी अगदी उत्तम बसली असतानाच अकस्मात नव्या आंतरराज्य महामार्गामुळे वाहतुकीचा ओघ बदलला. एका रात्रीत त्यांचा व्यवसाय मोडीत निघाला आणि कर्ज भागवण्यासाठी त्यांना तो विकावा लागला.

त्यावेळी ते सहासष्ट वर्षांचे होते. पण ते नशिबाला त्यांचं स्वप्न असं हिरावू देणार नव्हते. त्यांनी त्यांच्या 'गुपित पाककृती'द्वारे पुन्हा या क्षेत्रात येण्याचा निर्णय घेतला. त्यांनी रेस्टॉरंट्सशी संपर्क साधला आणि त्यांना त्यांचं खास 'सिझनिंग' दिलं. यासाठी त्यांना प्रत्येक चिकनमागे ०.०४ डॉलर्स मिळत असत. ही योजना सुरू केल्यानंतर अवघ्या चारच वर्षांत दोनशे ठिकाणचे ग्राहक या 'केन्टुकी फ्राईड चिकन'चे चाहते बनले होते. त्यानंतर सँडर्सना भ्रमंती थांबवून स्वत:च्या व्यवसायावर लक्ष केंद्रित करावं लागलं. त्यांच्या व्यवसायाची दरवर्षी प्रचंड भरभराट होत होती. त्यांनी त्यांची पाककृती गुप्त राखली होती. त्यांची पत्नी सिझनिंगच्या बॅचेस तयार करत असे आणि मग त्या त्यांच्या फ्रँचायजीकडे रवाना होत असत. लवकरच 'केएफसी'ची सहाशे आऊटलेट्स झाली आणि त्र्याहत्तर वर्षांचे सँडर्स वर्षाला ३

लाख अमेरिकी डॉलर्स कमवू लागले!

सँडर्सनी त्यांच्या फ्राईड चिकनची लोकप्रियता आणि यश पुरेपूर उपभोगलं आणि अखेर हा उद्योग २ दशलक्ष अमेरिकी डॉलर्सना विकला. शिवाय त्यांना दरसाल ४०,००० अमेरिकी डॉलर्स इतका वार्षिक पगार तहहयात मिळणार होता. त्यांचा सल्लाही मिळावा, यासाठी ही रक्कम ७५,००० अमेरिकी डॉलर्स इतकी वाढवण्यात आली. कर्नलनी उद्योगातून मागे फिरायचं ठरवलं, पण ते स्वत:चं दीर्घकालीन स्वप्न साकार झाल्यानंतरच!

दैवाने ते त्यांच्यापासून हिसकावून घेण्याचा प्रयत्न केला. पण त्यांनी ते घट्ट पकडून ठेवलं आणि अखेर त्यांचा संयम आणि चिकाटी यामुळे जगाला त्यांच्या हातचे पदार्थ खायला मिळाले.

सुसान बॉयल– आजच्या जमान्यातली आशेची ब्रॅंड ऑम्बॅसडर!

तिने गायला सुरुवात केली तेव्हा श्रोत्यांच्या डोळ्यांत अश्रू उभे राहिले. होय, तिचा आवाज होताच तसा विलक्षण! पण कंटाळलेल्या, साशंक श्रोतृवृंदाने विरघळण्याचं तेवढं एकमात्र कारण नव्हतं. याचं कारण होतं, तिच्यासारख्या अगदी अशक्य वाटणाऱ्या बाईने रंगमंचावर हे करून दाखवलं होतं. आज प्रत्येक गोष्ट आणि प्रत्येक व्यक्ती लिपो-सक्शनने अकल्पित वाटण्याजोग्या परिपूर्ण स्वरूपात बनवता येऊ शकते. अशा युगात सुसान बॉयल ही सत्तेचाळीस वर्षीय, बुटक्या चणीची स्कॉटिश प्रौढा जेव्हा रंगमंचावर आली तेव्हा परीक्षकांनीसुद्धा तिच्याकडे अविश्वासाने पाहिलं होतं. 'तू इथे काय करतीयस?' असे भाव त्यांच्या चेहऱ्यावर होते. श्रोत्यांमधले कुणी टर उडवत होते, कुणी हसू दाबत होते. पण जेव्हा तिने गायला सुरुवात केली तेव्हा जणू तिने त्या अज्ञानी गर्दीसमोर जादूची कांडीच फिरवली... आणि आजवर कुणीही नसणारी सुसान बॉयल एका रात्रीत 'सुपर सेलिब्रिटी' बनली!

समोरून क्रूर उपहासात्मक प्रतिसाद येत असताना तिने रंगमंचावर येऊन ज्या विलक्षण पावित्र्याने तिची कला सादर केली तेव्हा ती देवाने पाठवलेली आशादूत भासली... प्रत्येकाला मनात स्वप्न बाळगता येणं आणि ते साकार करणं शक्य आहे, असा विश्वास देणारी!

असा विश्वास लाभावा, यासाठी मनोमन आसुसलेली बरीच माणसं असतील. आपलं स्वप्न कधी वास्तवात उतरेल, याची आशाच सोडून देणारी ही बरीच माणसं

असतील.

ज्या लोकांना असं वाटतं की, आपल्याजवळ यशस्वी होण्यासाठी आवश्यक बाबी नाहीत किंवा आपण प्रयत्न करून थकलो आहोत, त्यांच्यासाठी सुसानचं उदाहरण आदर्श आहे. तिच्या तेजस्वी, अस्सल यशाने त्यांच्या आशा पल्लवित होतात. ती आशा म्हणजे कीर्तीच्या झगमगाटी पंधरा सेकंदांसाठी– नंतर ती कोणाला आठवतही नाही– तुमची मूल्यं आणि नीतितत्त्वं न विकताही आजच्या जमान्यात यशस्वी होता येतं.

सुसान बॉयलचा जन्म १ एप्रिल १९६१ रोजी झाला. जन्माच्या वेळी प्राणवायू कमी पडल्याने तिच्या मेंदूची जराशी हानी झाली होती. परिणामी तिची शिकण्याची क्षमता नष्ट झाली होती. पण यापेक्षा अधिक वेदनादायी होती ती शाळेत जवळपास सर्वांकडून होणारी चेष्टा आणि उपहास! मात्र अगदी बालपणापासून तिला एक गोष्ट इतर सर्वांपिक्षा चांगली करता येत असे, ती म्हणजे गायन. सुसानला आवाजाची दैवदत्त देणगी लाभली होती. तिला संधी मिळाली की, ती गात असे... शाळेत, स्थानिक कराओकेत, क्लब्जमध्ये आणि चर्चमध्ये.

पण तरीही तिला नाव मिळवण्यासाठी तेवीस वर्षं वाट पाहावी लागली. हा खरोखर प्रचंड दीर्घ आणि संयमित वृत्तीने केलेला संघर्ष होता आणि अखेर तिच्या स्वप्नपूर्तीचा क्षण आला तेव्हा ती ते स्वप्न वास्तवात जगण्यासाठी अगदी सज्ज होती. बहुधा याचमुळे तिच्यासारख्या बुजऱ्या, मागेमागे राहणाऱ्या व्यक्तीला समोरच्या आणि तिला दूरचित्रवाणीवर पाहणाऱ्या टीकाकार श्रोत्यांना निर्भयपणे सामोरं जाण्याचं धैर्य लाभलं.

सुसान म्हणते, 'माझ्या आईला माझा अभिमान वाटावा अशी कामगिरी मला करायची होती.'

तिची आईशी खूप जवळीक होती. तिच्या आईचं त्या दरम्यानच निधन झालं होतं. तिच्या आईला खरोखरच तिचा खूप अभिमान वाटला असेल. सुसानच्या विस्मयकारक आत्मविश्वासाने सारं जग थक्क झालं. त्यांना माहीत नसलेली एखादी गोष्ट तिला माहीत असल्यासारखी अवस्था झाली होती आणि ते खरंही होतं. आपण आपल्या आवाजाने जिंकणार, हे तिला माहीत होतं. आशेचा दीप मनात कायम तेवत ठेवण्याची ही शक्ती आहे. ही घटना प्रत्यक्ष घडण्याआधी कितीतरी वर्षं तिने त्याचं कल्पनाचित्र पाहिलं असावं. त्यामुळेच तो क्षण आला तेव्हा तिने सगळं अगदी सहजपणे घेतलं. मात्र नंतर ती कोसळली. तिने कीर्ती मिळवल्यानंतरच्या परिणामांचा विचार केला नव्हता. त्यामुळेच तिचा रंगमंचावरचा कलाविष्कार हा

अनेक वर्षांच्या अपेक्षेची परिणती असण्याची अधिक शक्यता आहे.

यशाने तिला 'डिमॉलिशन बॉल'सारखा धक्का दिल्याचं तिने एका मुलाखतीत म्हटलं होतं!

त्या त्यावेळी आपली स्वप्नं साकार होणं किंवा ती मुठीत पकडून ठेवणं कितीही अशक्य वाटत असलं तरी स्वप्नं साकार होतातच, हे सुसानची कहाणी सिद्ध करते. कधी त्यासाठी दोन दशकं लागतील, कधी त्याहूनही अधिक काळ लागेल. पण ही प्रतीक्षा तेवढ्या मोलाची असते!

तुमच्या 'टीम'च्या भरवशावर धोके पत्करा

तुमच्या टीमच्या भरवशावर धोके पत्करण्याची तयारी हा त्यांची जीवनभर निष्ठा मिळवण्याचा सर्वात सोपा मार्ग असतो... आणि जगाला कळू द्या की, तुमच्याजवळ सर्व नेतृत्वकौशल्यांपैकी सर्वात दुर्मीळ असं एक कौशल्य आहे, ते म्हणजे दृढ निष्ठा मिळवण्याची क्षमता! आजच्या 'डॉग-इट-डॉग'च्या जमान्यात ही अतिशय मौल्यवान ठेव आहे. याचं स्पष्टीकरण अगदी सरळ-सोपं आहे. जेव्हा तुम्ही एखाद्या कामाची जबाबदारी एखाद्या माणसावर विश्वासाने सोपवता, त्यावेळी तुमचा त्याच्यावर विश्वास टाकण्याचा निर्णय योग्यच आहे, अशी तुम्हाला खात्री देण्यासाठी तो सर्वतोपरी प्रयत्न करेल. अर्थात आपल्या माणसांच्या भरवशावर धोके पत्करण्यासाठी खूप धाडस असावं लागतं. ते सोपं नसतं. तुम्ही मोठी बाजी लावलेली असते आणि यात चुका घडणार, कधीकधी तर हे खूप महागात पडणार, हे गृहीत धरावं लागतं. मात्र तुम्ही ज्यांच्यावर जबाबदारी सोपवली आहे, त्यांच्यावरचा तुमचा विश्वास उडता कामा नये. तुमच्या याच विश्वासामुळे त्यांचा तुमच्यावरचा विश्वास अधिक मजबूत होईल आणि अधिक चांगली कामगिरी घडवण्याचा त्यांचा निश्चय दुपटीने दृढ होईल.

पण बऱ्याच नेत्यांना हे सहजी जमत नाही. कदाचित यामध्ये त्यांच्याकडून बऱ्याच अपेक्षा असल्यामुळे असेल किंवा याची फलनिष्पत्ती दिसण्याजोगी नसते, यामुळे असेल किंवा ती लगेच आर्थिक परताव्याच्या रूपात मिळत नसल्यामुळे असेल... कारण काहीही असेल. पण तुम्ही तुमच्या टीमवर आणि त्यांनी तुमच्यावर

विश्वास टाकणं हे नक्कीच खायचं काम नाही.

तर मग नेतृत्वस्थानी असलेल्या व्यक्तीने आपल्या टीमवर अशा प्रकारे दीर्घकाळ भरवसा ठेवण्यासाठी काय आवश्यक असतं?

काही गुणवैशिष्ट्ये यासाठी साहाय्यकारी ठरतील–

१. अमेरिकी लोक त्याला 'वॉकिंग द टॉक' असं म्हणतात. आपल्याकडे *'यथा राजा तथा प्रजा'* ही म्हण आहेच. या दोन्ही गोष्टी वेगवेगळ्या असल्या तरी दोन्हीचा अर्थ बराचसा सारखा आहे. हेच थोडक्यात सांगायचं तर आपण ज्या गोष्टी प्रत्यक्ष आचरणात आणत नाही त्याबद्दल उपदेश करत राहण्यात काहीच अर्थ नाही. कारण तुमची टीम तुमच्या वर्तनानुरूप वागते. तुम्हाला कंपनीच्या एकूण हिताला अथवा देशाला बाधक ठरणाऱ्या सवयी असतील तर तुमचे लोक तुमच्याच पाऊलखुणा गिरवणार, याची खात्री बाळगा.

''**जर राजा अथवा कंपनीच्या संदर्भात अध्यक्ष एखादी गोष्ट करू शकतो तर मी का नाही?**'' असं त्यांचं म्हणणं असेल.

...आणि सहस्रगुणित झालेली एक वाईट सवय कितीही मजबूत किल्ला धराशायी करू शकते!

अशाच प्रकारे चांगल्या सवयींचंही अनुकरण होत असतं.

महात्मा गांधी आणि गूळ आवडणारा छोटा मुलगा यांची कथा मनोवेधक आहे. एकदा एक बाई तिच्या छोट्या मुलाला महात्मा गांधींकडे घेऊन आली आणि त्यांना विनंती करत म्हणाली की, या मुलाला गूळ खायची सवय सोडायला सांगा. त्यावर गांधीजींनी लगेच काहीच सांगितलं नाही. उलट त्या बाईला काही दिवसांनी परत यायला सांगितलं. त्याप्रमाणे काही दिवसांनी ती बाई मुलाला घेऊन पुन्हा गांधीजींकडे आली. त्यावेळी गांधीजींनी त्या मुलाला, 'गूळ खाणं सोडून दे,' असं सांगितलं. त्या बाईला याचं खूप आश्चर्य वाटलं. गांधीजींनी हे त्याच वेळी का सांगितलं नाही, ते कशासाठी थांबले, असा तिला प्रश्न पडला होता.

त्यावर गांधीजी म्हणाले, *'त्यावेळी मी स्वतः गूळ खायचो. त्यामुळे त्यावेळी मी या मुलाला 'तू गूळ सोड,' असा उपदेश करू शकत नव्हतो.'* त्यांनी आधी स्वतः गूळ खाणं सोडलं, मगच त्या मुलाला तसं करण्यास सांगितलं!

सगळ्या कंपन्यांच्या नियमांमधला सर्वांत साधा आणि सर्वाधिक दृश्य नियम

म्हणजे वक्तशीरपणा! कंपनीच्या कर्मचाऱ्याने ठरवून दिलेल्या वेळेत त्याच्या जागेवर हजर असणं अपेक्षित असतं. काही ठिकाणी असं न घडल्यास त्याचा पगार कापला जातो. पण नेतृत्वस्थानी असणारा माणूस मात्र जवळजवळ दुपारी रमतगमत ऑफिसमध्ये येतो. परिणामी कार्यमग्न नसणारा कर्मचारी तिथून पुढे स्वत:चं काम नाखुशीने, कुरकुरत करतो. तर काही ठिकाणी मी असंही पाहिलं आहे की, जिथे बॉसच कामावर सगळ्यांच्या आधी येतो तिथे अशी मंदगती, उशिराची उदाहरणं फारशी दिसत नाहीत.

कोणाला आवडो अगर न आवडो, पण नेता टीमचा 'रोल मॉडेल' असतो आणि तोच प्रत्येक गोष्टीच्या प्रगतीची गती ठरवत असतो. मला आठवतं की, मी धीरुभाईंना भेटण्याआधी माझ्या कामाच्या बाबतीत अगदी निष्काळजी होतो. मात्र धीरुभाई आम्हा कुणाहीपेक्षा कामाचा विचार सर्वाधिक करत असत. सर्वोच्च स्थानापासूनच अशी बांधीलकी असताना, कर्मचाऱ्यांच्या मनात आळशीपणाचे, निष्क्रियतेचे विचार येणं अपवादानंच घडतं.

२. तुम्ही त्यांच्याशी श्रेय वाटून घ्या, नफा वाटून घ्या, यश वाटून घ्या. एक भारतीय वचन आहे– यशाचे धनी बरेच असतात, अपयशाला कुणी नसते. हा मनुष्यस्वभाव आहे. माणसाला इतरांच्या यशात वाटा मिळवायला आवडते आणि अपयशात मात्र त्याची त्यापासून दूर पळण्याची वृत्ती असते. हे योग्य नाही. त्यातून माणसाच्या व्यक्तिमत्त्वातला ठळक दोष प्रकट होतो. नेतृत्वस्थानी असणाऱ्या व्यक्तीने दिलदार असणं आवश्यक असण्याचं हे एक कारण आहे. लोकांना सतत स्वत:विषयी चांगलं वाटणं गरजेचं असतं (ते त्यासाठी लायक असोत वा नसोत!) आणि अशा वेळी वडीलधारी भूमिका बजावण्याची जबाबदारी नेतृत्वस्थानावरच्या व्यक्तीवर असते. त्यामुळे विजयोत्सव साजरा करण्याच्या समारंभात श्रेय शक्य तितक्या सर्वांना दिलं जाणं टीमच्या मनोधैर्यासाठी चांगलं ठरतं आणि जेव्हा ठपका येणार असतो त्यावेळी नेतृत्वस्थानावरच्या व्यक्तीने पुढे येऊन सर्व जबाबदारी जाहीररीत्या स्वत:कडे घेणं इष्ट ठरतं. अर्थात खासगीत संबंधित माणसाला जबाबदार धरलं जावं.

ही पद्धत काही काळ अनुसरल्यानंतर तुमच्या टीमच्या लक्षात येतं की, इथे आपण सुखरूप आणि सुरक्षित आहोत. इथे त्यांच्या उणिवा त्यांच्या सहकाऱ्यांसमोर उघड्या करून त्यांना टीकेला सामोरं जायला लावलं जाणार नाहीये. अशा दिलदार वृत्तीचं फळ म्हणजे अशा व्यक्तीला टीममधल्या लोकांची निष्ठा तर लाभतेच, शिवाय मनात सुरक्षित भावना असलेल्या कर्मचाऱ्यांमध्ये सकारात्मक

शक्ती निर्माण होते आणि हीच शक्ती त्याच्या सभोवतीच्या लोकांमध्ये तशीच ऊर्जा निर्माण करते.

व्यावसायिक नेतृत्वाचं सर्वांत उत्तम उदाहरण म्हणजे श्रेय देण्यासाठी विख्यात असणारे जेआरडी टाटा. ते त्यांच्या स्वत:च्या कामगिरीचं पृथ:करण करायचे तेव्हा ते आवर्जून सांगायचे, 'टाटा समूहातलं माझं एकमात्र खरंखुरं योगदान म्हणजे एअर इंडिया!' बाकी सर्व गोष्टींचं श्रेय ते त्यांच्या एक्झिक्युटिव्ह्जना देत.

टाटा समूहातले एक ज्येष्ठ एक्झिक्युटिव्ह– दरबारी सेठ एकदा म्हणाले होते, 'श्री. टाटांमध्ये व्यक्तिवादाचा पुरस्कार करणाऱ्या एक्झिक्युटिव्ह्जची टीम एकत्र बांधण्याची क्षमता होती. त्यांनी फक्त त्यांच्या नेतृत्वगुणांच्या सामर्थ्याने, त्यांच्या क्षमतांचा लाभ उठवला आणि त्यांच्यातले मतभेद आणि उणिवा व्यवस्थित हाताळल्या.'

टाटांच्या या लोकव्यवस्थापन कौशल्यामुळेच सर होमी मोदी, सर अर्देशिर दलाल, सर जहांगीर घांडी, रुसी मोदी, सुमंत मूळगावकर, दरबारी सेठ यांच्यासारखे मातब्बर निर्माण झाले आणि त्यांनी टाटा समूहासाठी आणि देशासाठीही अब्जावधी रुपयांची संपत्ती निर्माण केली. त्यांची नफा वाटून घेण्याची संकल्पनाही याच सिद्धांतावर आधारलेली होती. आता बऱ्याच कंपन्या नफ्यामध्ये त्यांच्या कर्मचाऱ्यांना हिस्सा देण्याची पद्धत स्वीकारत आहेत. उदाहरणादाखल सांगायचं तर १९९० च्या दशकाच्या उत्तरार्धात 'इन्फोसिस'ने ही प्रथा सुरू केली. त्यावेळी नारायण मूर्तींनी 'स्टॉक ऑप्शन' कार्यक्रमाद्वारे कंपनीचा नफा वितरीत केला होता. या कृतीने त्यांनी कंपनीचा पाया अधिक बळकट केला आणि आज 'इन्फोसिस' या स्थानावर आहे!

३. दृष्टीस पडणारे नेते बना. कंपन्या जेव्हा खरोखर खूप मोठ्या होतात तेव्हा येणारी एक समस्या म्हणजे नेतृत्व बरेचदा ढगाआड लुप्त होतं. संस्थेचं प्रमुखपद सांभाळणाऱ्या व्यक्तीची झलक कर्मचाऱ्यांना क्वचितच पाहायला मिळते. लवकरच याबाबतीत भ्रमनिरास होतो, नैराश्य घेरून येतं. त्यामुळे काहीजण तर कंपनी विकण्याच्या नादाला लागतात. नेतृत्वस्थानी असलेल्या व्यक्तींची 'सोबत आणि स्पर्श' जाणवण्याची आवश्यकता असते. दुर्दैवाने, थेट समोरासमोर संपर्क येत गेला तरच एकतानता निर्माण होते, फक्त कल्पनेने नाही!

'वॉल मार्ट'चे संस्थापक सॅम वाल्टन त्यांच्या लोकांशी संपर्क राखण्याच्या क्षमतेबाबत सुप्रसिद्ध होते. वॉल मार्ट ही जगातली सर्वांत मोठी 'रिटेलर' शृंखला बनली असूनही त्यांचा हा संपर्क कमी झाला नव्हता. ते स्वत: विमान चालवू शकत असत. त्यामुळे ते स्वत:चं विमान घेऊन आधी पूर्वसूचना न देता गावोगावी जात असत. त्यांच्या एका कर्मचाऱ्याने या थोर माणसाशी झालेल्या पहिल्या भेटीचा किस्सा सांगितला आहे–

एके दिवशी सॅम वाल्टन पूर्वसूचना न देता दुकानात येऊन धडकले. सकाळी ठीक सात वाजता म्हणजे कर्मचाऱ्यांनी हजर होण्याच्या वेळी! त्यांनी दुकानात फेरी मारली आणि त्यानंतर आयत्या वेळची मीटिंग बोलावली. पण कोणीच तयारीत नसल्यामुळे खुर्च्या मांडलेल्या नव्हत्या. मग त्यांनी सर्वांना जमिनीवर बसायला सांगितलं आणि स्वत: गुडघ्यावर बसून त्या लोकांशी ग्राहकसेवेबाबत चर्चा केली. स्तिमित झालेला तो कर्मचारी ही भेट कधीच विसरणार नाही.

सॅम वाल्टननी त्या दिवशी बोलताना त्या सर्वांना त्यांच्याविषयी किती सुखद जाणीव दिली, त्याबद्दलही तो कर्मचारी सांगतो.

'त्यांच्या अगदी साध्या, चांगल्या वागण्याने आपल्याला असं वाटतं की, त्यांना जगात आपल्यापेक्षा जास्त महत्त्वाचं काहीही नाही. ते लोकांशी प्रत्यक्ष संवाद साधून त्यांच्या स्तरावर उतरत असत, त्यांच्याशी बोलत असत. त्यामुळे सर्वांनाच त्यांच्याशी बोलणं सोपं आणि सहज वाटत असे. आपण यांना काहीही विचारू शकतो, असं वाटत असे.'

सॅमनी त्यांच्या माणसांशी शक्य त्या प्रत्येक माध्यमाद्वारे संवाद साधला. ते बेन्टोविलमधल्या वॉल-मार्ट स्टुडिओत बसून लाईव्ह टीव्ही अथवा रेडिओद्वारे त्यांच्या सहकाऱ्यांशी संवाद साधत असत. अशा तऱ्हेने त्यांनी आपल्या माणसांशी थेट सुसंवाद साधून संघटित होऊ पाहणाऱ्या अनेक युनियन मोडीत काढल्या.

सर्वोत्तम नेते शिक्षक असतात. आपण आपल्या नेत्याला व्यक्तिश: ओळखतो. एवढंच नव्हे तर परस्पर-संवादाच्या थोड्याशा काळातही आपण त्याच्याकडून काहीतरी शिकलो आहोत, ही भावना कर्मचाऱ्याच्या मनात जागली की, त्या संधीबद्दल त्याच्या मनात नक्कीच अत्यंत कृतज्ञता राहील.

४. नेतृत्व पारदर्शक असलं पाहिजे. दोन्ही बाजूंनी परस्परविश्वासाचं नातं

निर्माण होण्यासाठी सर्वांत महत्त्वाचा घटक म्हणजे पारदर्शकता, सर्वार्थाने पारदर्शकता, सर्व व्यवहारांत पारदर्शकता! कोणतीही गोष्ट लपवली जाता कामा नये. कुठल्या खेळी असू नयेत. फक्त आपल्या समुदायाला संरक्षण देण्याची वृत्ती असू नये. आपल्या नातेवाइकांवर खास कृपाछत्र असू नये. न्याय्य वागणूक असावी आणि योगदान देणाऱ्या प्रत्येक कर्मचाऱ्याला आपणही तितकेच हवे आहोत, अशी जाणीव आणि मान्यतेची पावती दिली जावी. अशा प्रामाणिक आणि न्याय्य पद्धतीमुळे विश्वासाचं नातं तयार होतं आणि तो महत्त्वाचा घटक ठरतो.

घरात असो, समाजात असो वा राजकीयदृष्ट्या असो, कृपाछत्र धरण्याच्या वृत्तीमुळे गुणवत्तापूर्ण कर्तबगार व्यक्तींवर अन्याय होतो आणि त्यामुळे व्यावसायिक नुकसानच होतं.

जेव्हा व्यवसायाचा संस्थापक हा विश्वास संपूर्णत: प्रत्यक्षात उतरवतो तेव्हा तो व्यवसाय नक्कीच यशस्वी होतो. पारदर्शकतेमुळे विश्वासार्हता निर्माण होते. ही पारदर्शकता निर्माण होण्यासाठी नेत्याने स्वत: प्रामाणिक असणं अत्यंत महत्त्वाचं असतं. प्रामाणिक माणूस आत-बाहेर सारखाच असतो. अंदाज बांधता येण्याजोग्या प्रतिक्रिया, सचोटीचे व्यवहार, संयमित भावना, संतापाचे झटके अथवा तीव्र उद्रेक न घडणं ही सगळी प्रामाणिकपणाची सुचिन्हं आहेत. परिणामी अशा नेत्याला भेटणं कायम शक्य असतं.

कर्मचारी, ग्राहक, भागधारक आणि सरकार यांचा विश्वास प्राप्त करण्यासाठी उच्च दर्जाची नीतितत्त्वं आणि सचोटी राखणं आवश्यक आहे. पारदर्शक व्यावसायिक पद्धती (models) आणि प्रत्येक व्यक्तीकडून अपेक्षा राखणारी कॉर्पोरेट संस्कृती स्वीकारणं हा उत्तम मार्ग आहे.

बहुतेकशा व्यवसायांमध्ये पारदर्शकता संपुष्टात आल्याचं दिसतं. त्यामुळेच ती असण्याच्या आवश्यकतेवर आज बरीच चर्चा घडते. काही बिझनेस स्कूलमध्ये तर हा विषय अभ्यासक्रमात समाविष्ट होण्यास सुरुवात झाली आहे. काही उद्योग त्यांच्या व्यवहारांत पारदर्शकता ठेवतात, तेव्हा ती बातमी होते! माझ्या वाचनात 'पेप्सिको'च्या 'विस्मयकारक' सचोटीबद्दल आलं, या घटनेला फार दिवस झालेले नाहीत. 'कोकाकोला' ब्रँड एक्झिक्युटिव्हसाठी काम करणाऱ्या सचिवाने चोरलेली कागदपत्रं आणि विकसित होत असलेल्या पेयाचा नमुना या कंपनीची स्पर्धक असणाऱ्या 'पेप्सिको' कंपनीला विकण्याचा प्रयत्न केला. पण 'पेप्सिको'ने हा प्रस्ताव धुडकावला आणि 'कोकाकोला'ला याबाबत माहिती दिली.

अशीच कथा आहे 'झेरॉक्स'च्या ऑनी मूल्चॅही यांची. २००१ साली त्या

'झेरॉक्स'च्या मुख्य कार्यकारी अधिकारी (CEO) झाल्या. त्यानंतर पाचच महिन्यांनी त्यांनी आर्थिक मार्केट्सना कंपनीचं बिझनेस मॉडेल सदोष असल्याचं सांगितलं. त्याच वेळी कर्मचाऱ्यांना त्यांच्या समोरच्या आव्हानांची स्पष्ट कल्पना दिली. अशा प्रकारे त्यांनी कंपनीचा चेहरामोहरा लक्षणीयरीत्या पालटण्यास सुरुवात केली.

काही नेते एखाद्या विषयाला भिडताना त्यांच्या अपेक्षा लिखित स्वरूपात व्यक्त करतात. उदाहरणादाखल सांगायचं तर, डेल इन्कॉ. या कंपनीचं 'द सोल ऑफ डेल' नामक पुस्तक आहे. या पुस्तकाद्वारे कंपनीच्या कर्मचाऱ्यांना 'कंपनीचे मापदंड व वर्तन' याविषयी मार्गदर्शन करण्यात येतं. त्यांच्या वेबसाईटवरच्या माहितीनुसार त्यांची जागतिक नीतितत्त्वं समितीसुद्धा आहे. या समितीत बिझनेस विश्वातले ज्येष्ठ नेते आहेत. ते मसुदा तयार करतात आणि त्यांच्या जगभरातल्या कंपन्यांमध्ये त्या नियमांची अंमलबजावणी करतात.

होय, पारदर्शकता हा गंभीर विषय आहे. कारण दिवसाच्या अखेरीस सर्वोच्च स्थानावरच्या व्यक्तीचा खुलेपणा त्याच्या टीममध्ये पाझरत येतो आणि त्या सगळ्यांचं एकत्रित वर्तन सर्वात महत्त्वाच्या व्यावसायिक ठेव्याला, म्हणजेच विश्वासार्हतेला जबाबदार असतं.

संस्थाप्रमुखाने त्याच्या टीमचा विश्वास जिंकण्यासाठी वर नमूद केलेल्या गुणांचं संयुग असणं आवश्यक असतं. एकदा का त्याने आपल्या लोकांच्या मनात विश्वासार्हता निर्माण केली की, तो त्यांच्या भरवशावर धोका पत्करू शकतो आणि व्यवसायातले सामान्य चढउतार झेलत हे नातं विकसित होतं तेव्हा टीम आणि नेता एकमेकांसाठी काहीतरी करण्यास तयार होतात. काही नेते त्यांच्या माणसांकडे अपूर्व कामगिरी सोपवू शकतात आणि ते लोकही प्रतिसादादाखल नेत्याप्रती पूर्णत: समर्पणभाव बाळगतात, याचं रहस्य हेच आहे.

आव्हानांचं स्वागत करा

विचार करून पाहिलंत तर तुमच्या लक्षात येईल की, आपण आपलं आयुष्य अथवा कोणत्याही प्रकारची प्रगती घडवली आहे ती मार्गातल्या प्रत्येक पावलावर येणारं कोणतं ना कोणतं आव्हान पार करून! अगदी आपण चालायला शिकलो तेव्हासुद्धा तोल सांभाळणं हे आपल्यासमोरचं आव्हान असणार. आपण दरखेपेला पाऊल टाकण्याचा प्रयत्न केला की, पार्श्वभागावर रप्पकन आदळत असू. पण घरच्या सर्वांसमोर असं घडलं तरी त्याचं काही वाटण्याचं वय नव्हतं. या प्रयत्नात स्वतःला इजा होण्याच्या धोक्याकडे दुर्लक्ष करून, आपण विजयाचा आनंद घेत असू... त्यानंतर मात्र आयुष्य अधिक खडतर बनलं. पण आपण अजूनही जीवनातल्या आव्हानांचा चिवटपणे मुकाबला करत आहोत आणि जेव्हा ते साध्य होतं तेव्हा आपण नक्कीच यशस्वी होतो. त्यामुळे थोडक्यात सांगायचं तर, आव्हानांचा बाऊ नको. ती कठीण असतात हे निःसंशय, पण जर ती नसती तर आज आपण ज्या स्थानावर आहोत तिथवर पोहोचलो नसतो. रिचर्ड बाख यांनी हे मोठ्या सुंदर शब्दांत मांडलं आहे. ते म्हणतात, "What the caterpillar calls the end of the world, the master calls a butterfly." आपल्या संघर्षातून नक्की काय निष्पन्न होणार आहे ते कदाचित आपल्याला कधीच समजणार नाही. पण कोषातून बाहेर पडण्याचा प्रयत्न करणाऱ्या सुरवंटाकडून आपण खूप काही शिकू शकतो. तो सुरवंट त्याचे नेत्रदीपक पंख उघडण्याची प्रतीक्षा करत असतो. ते पंख उघडले की, तो संपूर्णतः अस्तित्वाच्या नव्या कक्षेत पोहोचणार असतो.

या आहेत आव्हानं स्वीकारणाऱ्या काही सामान्य लोकांच्या कथा. आव्हानं,

मग ती शारीरिक, आर्थिक, सामाजिक, करिअरशी संबंधित अशी कोणतीही असोत... जीवनाइतकीच तीही वैचित्र्यपूर्ण आहेत आणि त्यांनीच जगातले लक्षणीय 'आयकॉन्स' घडवले आहेत.

प्रचंड गरिबी हा या व्यक्तीच्या प्रगतीला अडसर होताच, शिवाय अत्यंत विषमता हा आणखी मोठा अडसर होता. ते *'पारावन'* कुटुंबात जन्माला आले होते. केरळमध्ये या जातीचे लोक नारळाच्या झाडावर चढण्याचं काम करतात. थोडक्यात सांगायचं तर हे लोक नारळ काढणारे म्हणून ओळखले जातात. या माणसाच्या भात्यात कुशाग्र बुद्धिमत्ता हा एकच बाण होता. त्यांच्या मार्गातल्या दोन दुष्ट शक्तींपैकी गरिबीशी लढा देणं थोडं सोपं होतं. पण अत्यंत तीव्र स्वरूपातल्या सामाजिक पूर्वग्रहांशी लढा देणं आणि त्यावर मात करणं यासाठी अत्यंत खंबीर मन असणं आवश्यक होतं. पण या व्यक्तीने हे सर्व अडथळे पार केले आणि भारताच्या सामाजिक शिडीवर सर्वांत खालच्या पायरीपासून प्रगती करत ते या देशाचे राष्ट्रपती बनले. ही व्यक्ती म्हणजे के.आर. नारायणन.

त्यांचे वडील शाळेची फी वेळेत भरू न शकल्यामुळे त्यांनी वर्गाबाहेर उभं राहून वर्गात शिकवलेला अभ्यास केला होता. तिथपासून ते 'लंडन स्कूल ऑफ इकॉनॉमिक्स'मध्ये अत्यंत नामवंत गुरूंच्या हाताखाली शिकण्यापर्यंत त्यांनी मजल मारली. या प्रदीर्घ प्रवासात त्यांना लाभलेल्या संधींनीसुद्धा त्यांच्यासोबत मानखंडनेचे आणखी काही प्रसंग आणले होते. हा अपमान इतका वेदनादायी आणि अन्याय्य होता की, तो सोसावा लागणाऱ्यालाच, त्याकडे दुर्लक्ष करून फक्त आपल्या ध्येयावर लक्ष केंद्रित करताना काय होतं, ते खऱ्या अर्थाने समजू शकतं. पण तरीही त्यांनी कधी मनात कडवटपणाला थारा दिला नाही. त्यांना ओळखणाऱ्या सर्वांना ते स्मरतात ते सुहास्यवदनी, सौम्य, शांत व्यक्ती म्हणून! त्यांचा प्रत्येक भारतीय माणसाला अभिमान आहे.

●●●

त्यांना रेस-कार ड्रायव्हर व्हायचं होतं. त्यानुसार शाळेत असताना त्यांनी थोडे प्रयत्न केले. पण एके दिवशी ते डावीकडे गाडी वळवत असताना एका वेगवान चेव्हीने त्यांच्या गाडीला जोराची धडक दिली. या अपघातातून त्यांचा जीव वाचला. पण त्यांना बरेच महिने औषधोपचार घ्यावे लागले आणि त्यामुळे त्यांचं बालपणीचं हे स्वप्न भंगलं. ते अपघातातून बाहेर आले तेव्हा त्यांच्यात खूप बदल झाला होता. त्यांनी स्वतःलाच बजावलं की, आपल्याला जीवदान मिळण्यामागे नक्कीच काहीतरी कारण असलं पाहिजे. मग त्यांनी त्यांच्या जीवनाचा उद्देश शोधायला सुरुवात केली

आणि अशा प्रकारे **'जॉर्ज लुकास'** या 'स्टार वॉर्स'च्या प्रत्येक चाहत्याच्या परिचयाच्या, आवडत्या व्यक्तीचा जन्म झाला.

गाड्यांच्या शर्यतीत भाग घेण्याऐवजी त्यांनी त्यांचं चित्रीकरण करायला सुरुवात केली आणि त्यानंतर ते हॉलीवूडमध्ये अत्यंत मनोरंजक चित्रपट बनवत आहेत. ते केवळ चित्रपट बनवतच नाहीत तर ते चित्रपटनिर्मिती प्रक्रियेत साहाय्यकारी ठरणाऱ्या तंत्रज्ञानाच्या शोध आणि विकसन कार्यातही सक्रिय आहेत.

●●●

ही व्यक्ती वयाच्या चौथ्या वर्षापर्यंत बोलायला शिकली नव्हती. कित्येक दिवस त्यांना स्वतःच्या बुटांचे बंद बांधता येत नव्हते. वर्गात सर्वांत शेवटी वाचायला शिकलेला बहुधा हाच विद्यार्थी असावा. त्याच्या शिक्षकांनी त्याला मानसिकदृष्ट्या मंद ठरवलं होतं. अखेर त्यांनी शालेय जीवन पार केलं. पण कॉलेजच्या प्रवेशपरीक्षेत ते नापास झाले होते. तरीही आज जगातल्या आघाडीच्या व्यक्तींची नावं विचारली तर ताबडतोब त्यांचं नाव घेतलं जातं. ही व्यक्ती म्हणजे **अल्बर्ट आईनस्टाईन** होय. याच अलौकिक व्यक्तीची बालपणी अशी अवस्था होती. पण त्यांनी या साऱ्या अडथळ्यांवर झगडून मात केली आणि ज्या क्षेत्रासाठी त्यांना अपात्र ठरवण्यात आलं होतं, त्याच क्षेत्रात त्यांनी उत्कृष्ट कामगिरी करून दाखवली आणि भौतिकशास्त्राचा नोबेल पुरस्कारही मिळवला!

●●●

या व्यक्तीचं नाव जगातल्या फॅशन ब्रॅंड्समध्ये अत्यंत सुपरिचित आहे. ही व्यक्ती अब्जावधी डॉलर्सच्या कंपनीच्या प्रमुखपदी आहे. या कंपनीची संपूर्ण जगात 'रिटेल आऊटलेट्स' आहेत. ही व्यक्ती म्हणजे **टॉमी हिल्फिंगर.** त्यांना शालेय जीवनात 'डायस्लेक्सिया'शी लढावं लागलं होतं. या आजारामुळे त्यांना वाचताना प्रचंड त्रास होत असे.

ते म्हणतात, 'अगदी आजही मला डावीकडून उजवीकडे, उजवीकडून डावीकडे मोठ्या कष्टाने लक्ष केंद्रित करून वाचावे लागते, नाहीतर माझी नजर पानाच्या शेवटच्या भागातच फिरत राहते.'

अनेक कर्तबगार आणि सुप्रसिद्ध व्यक्तींनी त्यांच्या शिकण्याच्या अक्षमतेशी लढा दिला आहे.

अशा काही व्यक्ती म्हणजे सिल्वेस्टर स्टलॉन, चेर, टॉम क्रूज, हूपी गोल्डबर्ग, रॉबिन विल्यम्स, लिंडसे वॅगनर, सुझान सॉमर्स, जॉन लेनन, बीथोवेन, मोझार्ट, डस्टिन हॉफमन, डॅनी ग्लोव्हर आणि स्टीव्ह मॅकक्वीन, मॅजिक जॉन्सन आणि कार्ल लेविस!

यशस्वी होण्यासाठी आपल्यात शिकण्याची अक्षमता असायला हवी, असा

विचार ही नावं वाचून तुमच्या मनात येईल! पण या व्यक्तींनी इतर कोणामध्येही नसलेल्या– या अक्षमतेवर मात केल्यामुळे या व्यक्ती त्यांनी निवडलेल्या क्षेत्रात यशस्वी होऊन चमकत आहेत.

●●●

याचबरोबर आपल्याकडे आणखीही काही कथा आहेत, मी त्यांना 'रस्त्यावरील दिव्यांच्या यशोगाथा' म्हणेन. भारतातल्या कितीतरी कर्तबगार लोकांना त्यांच्या शालेय जीवनात रस्त्यावरच्या दिव्यांच्या उजेडात अभ्यास करावा लागला आहे. या संख्येवर तुमचा विश्वासच बसणार नाही. तुम्हाला वाटत असेल की, ही स्वातंत्र्यपूर्व काळातली अपूर्व घटना आहे. पण काही वर्षांपूर्वी एक बातमी माझ्या वाचनात आली होती. तामिळनाडूतील वेल्लोरच्या एका मुलाने दहावीच्या परीक्षेत ५०० पैकी ४७० गुण मिळवले होते. त्याची गुणपत्रिका जादा कोचिंग क्लासेसमध्ये घासणाऱ्या, खास लाभ मिळणाऱ्यांनी मत्सराने जळून खाक व्हावं अशी आहे! त्याला गणितात १०० पैकी १०० गुण, विज्ञानात ९९, समाजशास्त्रात ९६, तामिळमध्ये ८८ आणि इंग्रजीत ८७ गुण आहेत! या मुलाचं नाव **के. रजिनी.** झोपडीत राहणाऱ्या या मुलाचा त्याच्या मावशीने सांभाळ केला आहे. ती पिना आणि सुया विकून गुजराण करते. घरात विद्युतदिवे नसणं हा या मुलासमोर अडथळा नव्हता का? नक्कीच नव्हता. रजिनीने राज्यातल्या इतर सर्वांपुढे मजल मारली होती. ज्या सुखसोयी रजिनीच्या दृष्टीने स्वप्नवत होत्या, त्या सर्व सुखसोयी त्यातल्या बहुतेकांना उपलब्ध होत्या.

आपली यापुढची विलक्षण यशोगाथा आणखी एका अशाच व्यक्तीची आहे. या व्यक्तीलाही आव्हानं हा कधीच अडथळा वाटला नाही. ही व्यक्ती म्हणजे आपले पंतप्रधान **श्री. मनमोहन सिंग.** त्यांनाही शालेय जीवनात रस्त्यावरच्या दिव्यांच्या उजेडात अभ्यास करावा लागला आहे. त्यांचे तेव्हाचे शेजारी आणि त्यांच्या कुटुंबाचे जुने स्नेही राजविंदर हे चौसष्ट वर्षांचे गृहस्थ तेव्हाची आठवण सांगतात, 'त्यावेळी त्यांच्या कुटुंबाला गरिबीमुळे फार मोठ्या समस्यांना तोंड द्यावं लागत असे. त्यांच्या वडिलांना चांगली नोकरी नव्हती. कधीकधी तर त्यांच्या घरी खायला रोटीसुद्धा नसे. ते शाळेला अनवाणी पायांनी जात असत. त्यांच्या घरी वीज नव्हती. त्यामुळे ते रस्त्यावरच्या दिव्याखाली बसून अभ्यास करत असत. कित्येकदा पैसे नसल्यामुळे त्यांच्या कुटुंबाला रात्री उपाशीपोटी झोपावं लागत असे.'

इतिहासाची पानं चाळली तर आपल्याला **गोपाळकृष्ण गोखले** यांचं नाव याच संदर्भात आढळेल. त्यांनीही रस्त्यावरच्या दिव्यांच्या उजेडात अभ्यास केला होता. गांधीजींच्या आधीच्या काळातले एक स्वातंत्र्यसैनिक असणारे श्री. गोखले

विलक्षण व्यक्तिमत्त्व होतं. त्यांनी गांधीजींना सल्ला दिला होता की, तुम्ही लढ्याची व्यूहरचना आखण्याआधी संपूर्ण भारताचा दौरा करून आधी देशाची प्रत्यक्ष माहिती घ्या. ते गरिबीचा काळ खूप मागे टाकून गणिताचे प्राध्यापक बनले. तसेच 'बॉम्बे लेजिस्लेटिव्ह असेम्ब्ली'चे सदस्य म्हणून त्यांनी लंडनमध्ये पक्षाचं प्रतिनिधित्वही केलं. पुढे ते काँग्रेस पक्षाचे अध्यक्ष झाले.

किती तरी तरुणांना खडतर आयुष्याचा सामना करावा लागत असेल. पण पिढ्यान्पिढ्यातल्या या विलक्षण कर्तबगार यशवंत व्यक्तींच्या उदाहरणांवरून हेच दिसून येतं की, या व्यक्तींची यशस्वी होण्याची इच्छाशक्ती आणि दृढ निश्चय यापुढे अडथळ्यांचा टिकाव लागला नाही.

●●●

'मॅसी' साम्राज्याची उभारणी अपयशांतून झाली, ही गोष्ट सर्वश्रुत आहे. 'मॅसीज' ही अमेरिकेतली डिपार्टमेंटल स्टोअर्सची सुप्रसिद्ध शृंखला आहे. मात्र याचे संस्थापक आर.एच. मॅसी यांना त्याआधी चार दुकानं बंद करावी लागली होती (काहीजण हा आकडा सात सांगतात). अखेर त्यानंतरचं त्यांचं दुकान नफ्यात सुरू राहिलं.

त्यांना यश लाभलं. कारण त्यांनी त्यांच्या याआधीच्या प्रयत्नांकडे अपयश म्हणून पाहिलं नाही तर आव्हान म्हणून पाहिलं. ते चुकांमधून शिकत गेले आणि अखेर त्यांचं जे दुकान चाललं त्यामध्ये त्यांनी शिकलेल्या सर्व गोष्टींचा व्यवस्थित उपयोग केला होता–

१) त्यांनी सर्व वस्तू निश्चित किमतीला (fixed rate) विकल्या.
२) त्यांनी हंगामी सूट दिली.
३) त्यांनी नव्या संकल्पनेवर आधारित जाहिराती केल्या.

त्यांच्या मृत्यूनंतर त्यांचा व्यवसाय शिखरावर पोहोचला असला तरी व्यवसायाचं यश पाहण्याइतकं दीर्घायुष्य त्यांना लाभलं.

ही कथा ऐकल्यावर अगदी खिन्न माणूससुद्धा प्रफुल्लित होईल. **जॉन क्रिसी** हे नाव ऐकलं आहे? ते सुप्रसिद्ध ब्रिटिश लेखक आहेत आणि त्यांनी भरपूर साहित्यनिर्मिती केली आहे. त्यांनी ६०० पुस्तके लिहिली आहेत. नोव्हेंबर १९७१ मध्ये त्यांच्या पुस्तकांची विक्री ८० दशलक्ष प्रतींवर गेली होती आणि त्यांच्या साहित्याच्या २८ भाषांत किमान ५००० निरनिराळ्या आवृत्त्या निघाल्या होत्या. त्यांच्या साहित्याची मुख्य बाजारपेठ असणाऱ्या ब्रिटन आणि अमेरिकेत त्यांच्या पुस्तकांच्या दरवर्षी वीस लाख प्रती खपत असत, तर अन्यत्र किमान पाच लाख

प्रतींची विक्री होत असे. पण त्यांच्या बाबतीतलं विलक्षण वास्तव फक्त एवढंच नाहीये. त्यांना यश लाभण्याआधी ७४३ वेळा नकार पचवावा लागला होता. चक्क ७४३ वेळा! एखाद्या नकाराने फुरंगटून नाद सोडून देणाऱ्या आपल्यापैकी बहुतेकांच्या दृष्टीने हे अकल्पितच आहे.

आपलं साहित्य प्रसिद्ध होणं हे या शूर लढवय्या लेखकाच्या दृष्टीने एक आव्हानच होतं. पण कधी संपणारच नाही असं वाटणारी अडथळ्यांची मालिका पार केल्यानंतर अखेर त्याला यश लाभलं!

●●●

ब्रिटनमधल्या महान वक्त्यांच्या यादीत या व्यक्तीच्या नावाचा समावेश होईल. अगदी आजही, वक्तृत्वकलेविषयी बोलताना कोणाच्याही मनात सर्वप्रथम नाव येतं ते **सर विन्स्टन चर्चिल** यांचं. त्यांच्या या सामर्थ्याला तोड नव्हती. दुसऱ्या जागतिक युद्धाच्या काळात ते ब्रिटनचे पंतप्रधान होते. हिटलरच्या न थांबवता येणाऱ्या चढायांदरम्यान ब्रिटिश जनतेचं मनोधैर्य टिकवून ठेवण्यात त्यांच्या वक्तृत्वकलेचा मुख्य वाटा आहे, असं अनेकजण मानतात. त्यांच्या वक्तृत्वात असं सामर्थ्य होतं. त्याबद्दल बोलताना त्यांनी म्हटलं आहे, 'मला लाभलेल्या सर्व देणग्यांपैकी वक्तृत्वकला ही सर्वांत मौल्यवान देणगी आहे.'

मात्र चर्चिलना तोतरेपणाचा त्रास होता. १९४१ साली त्यांची स्वीय सचिव फिलीस मॉयर हिने तिच्या *'आय वॉज विन्स्टन चर्चिल्स प्रायव्हेट सेक्रेटरी'* या पुस्तकात लिहिलं आहे, 'विन्स्टन चर्चिल लहानाचे मोठे झाले ते तोतरेपणा सोबत घेऊनच.'

बहुतांश तोतऱ्या लोकांकडे जितकं लक्ष वेधलं जात तितकं दुसऱ्या कुठल्या अधूपणाकडे वेधलं जात नसेल. बहुतेक मुलं त्यामुळे बुजरी होतात आणि कधी चार लोकांत बोलायची वेळ आली तरं लाजून मागे राहतात.

अमेरिकेत त्यांचा व्याख्यान दौरा आयोजित करणाऱ्या लुईस जे. अल्बेर यांनी 'द अमेरिकन मर्क्युरी'मध्ये म्हटलं आहे, 'चर्चिल त्यांच्या भावना व्यक्त करण्याचा आटोकाट प्रयत्न करत होते. पण तोतरेपणाने त्यांचे शब्द घशातच अडकले आणि त्यांचा चेहरा जांभळा झाला. त्यांच्या तोतरेपणाचं आणि बोबड्या उच्चारांचं मुख्य कारण होतं, त्यांच्या टाळूत असलेला दोष! त्यामुळे जाहीर व्याख्यान देताना सुरुवातीला त्यांना खूपच अवघड होत असे. पण त्यांच्या विलक्षण चिकाटीमुळे या दौर्बल्यावर मात करून ते आमच्या जमान्यांतल्या महान वक्त्यांच्या पंक्तीत जाऊन बसले.'

विलक्षण गोष्ट म्हणजे आजही त्यांचं नाव अशा क्षेत्रातल्या उत्कृष्टतेचा मापदंड म्हणून घेतलं जातं, ज्या क्षेत्रातला सर्वांत दु:साध्य अडथळा त्यांनी पार केला.

●●●

'ॲस्ट्रोफिजिक्स'च्या विश्वात एक समीकरण 'साहा समीकरण' म्हणून ओळखलं जातं. आधुनिक ॲस्ट्रोफिजिक्समध्ये हे पायाभूत मानलं जातं. या सुप्रसिद्ध शोधाचे जनक शालेय जीवनात एका डॉक्टरांच्या घरी राहत असत. निवास आणि जेवणखाणाच्या बदल्यात ते त्यांच्या घरी काम करत असत. त्यांचं नाव **मेघनाद साहा.** त्यांचे वडील एका खेड्यात किराणा माल विकत असत. सध्या बांगलादेशात असलेल्या ढाक्याजवळच्या शेओरातली खेड्यात १८९३ साली त्यांचा जन्म झाला. त्यांच्या घरापासून शाळा सात मैल दूर होती. त्यामुळे त्यांना डॉक्टरांच्या घरी राहावं लागलं. डॉक्टरांचं घर शाळेपासून जवळ होतं. मेघनाद साहा यांनी आयुष्यातला हा आरंभीचा अडथळा उत्तमरीत्या पार केला. खडतर आयुष्य पार करत ते ढाका माध्यमिक शालान्त परीक्षेत प्रथम आले. त्यांना सरकारी शिष्यवृत्ती मिळाली. या यशामुळे ते शब्दश: ताऱ्यांप्रत जाणाऱ्या मार्गावर वाटचाल करू लागले. १९२० सालापर्यंत त्यांनी तत्कालीन आघाडीचे भौतिकशास्त्रज्ञ म्हणून नाव मिळवलं होतं. त्यानंतर सात वर्षांनी त्यांची 'रॉयल सोसायटी ऑफ लंडन'चे 'फेलो' म्हणून निवड झाली. पुढे त्यांनी 'इंडियन इन्स्टिट्यूट ऑफ न्यूक्लिअर फिजिक्स'ची स्थापना केली. आता ही संस्था 'साहा इन्स्टिट्यूट ऑफ न्यूक्लिअर फिजिक्स' म्हणून ओळखली जाते. शालेय जीवनात अभ्यास आणि घरकाम अशा दोन्ही भूमिका बजावणाऱ्या लहान मुलाची ही जबरदस्त कर्तबगारी आहे, नाही का?

●●●

पावलो कोएल्हो यांची एक कथा माझ्या वाचनात आली. एखाद्या माणसाने अडथळ्यांवर विजय मिळवल्याचं ऐकलं की, मला ही कथा आठवते.

आपण ज्याला जीवन म्हणतो त्या प्रदीर्घ प्रवासाचं मूलभूत स्वरूप आणि आपल्या सर्वांसमोर सदैव येणारे अडथळे याबद्दलची ही कथा फार सुंदर आहे.

एकदा एका सुप्रसिद्ध सुफी गुरूंना कॅलिफोर्नियात व्याख्यान देण्यासाठी बोलावलं होतं. दिलेल्या वेळेला म्हणजे सकाळी आठ वाजता प्रेक्षागृह खचाखच भरलं होतं.

तितक्यात त्यांचा एक साहाय्यक व्यासपीठावर आला.

''गुरुजी आत्ताच उठलेत. कृपया शांत राहा.''

जसजसा वेळ पुढे सरकू लागला तसतसे लोक उठून जाऊ लागले. दुपार झाली.

तो साहाय्यक पुन्हा व्यासपीठावर येऊन म्हणाला, ''गुरुजींना आत्ताच एक सुंदर मुलगी भेटायला आली आहे, तिच्याशी बोलून झालं की, लगेच ते व्याख्यानाला सुरुवात करणार आहेत.''

त्यानंतर प्रेक्षागृहात उरलेल्यांपैकी बरेचसे लोक उठून गेले.

त्यानंतर दुपार टळत आल्यानंतर ४ वाजता गुरुजी व्यासपीठावर अवतरले... ते प्यायलेले दिसत होते. ते पाहून प्रेक्षागृहात उरलेली इनमिन सहा माणसं भडकली.

मग प्यायल्याचं नाटक थांबवून गुरुजी म्हणाले, 'मला तुम्हाला हेच शिकवायचं आहे की, **ज्याला दीर्घ पल्ला गाठायचा आहे, त्याने आत्मसात करण्याचा पहिला धडा म्हणजे सुरुवातीच्या काळातल्या निराशांवर मात करायला शिकणे**[3].'

---

[3] www.spiritual-short-stories.com

प्रत्येकाची भरभराट झाली पाहिजे

आपण धार्मिक प्रवचनांच्या आधी अथवा नंतर एक *श्लोक* म्हणतो. त्याला 'शांती मंत्र' असं म्हणतात-

'।।ॐ सह नाववतु

सह नौ भुनक्तु

सह वीर्यम् करवावहै

तेजस्विनावधीतमस्तू मा विद्विषावहै

ॐ शांती: शांती: शांती: ।।'

'ॐ आपण दोघे परस्परांचे रक्षण करू

आपण दोघे एकत्र आनंद घेऊ

आपण दोघे एकत्र काम करू

आपले अध्ययन तेजस्वी होऊ दे

आपल्यामध्ये द्वेष-तिरस्कार नसावा

ॐ शांती, शांती, शांती.'

आपण हा मंत्र नियमित म्हणत असलो तरी या मंत्रामध्ये आपलं यशाचं रहस्य दडलेलं आहे, ही गोष्ट आपल्या क्वचितच लक्षात येते. थोडक्यात सांगायचं तर, दुसऱ्याचं नुकसान करून कोणीही विजयी होऊ शकत नाही. सर्वांनी समृद्ध होण्यासाठी शांती अतिशय आवश्यक असते.

सह-अस्तित्व या व्यावसायिक धोरणाच्या आधारे बहुतेकसे व्यवसाय पिढ्यानुपिढ्या यशस्वी ठरले आहेत. हा एकमात्र मार्ग आहे. आपल्यासाठी काम करणारे आणि

आपण ज्यांच्यासाठी काम करतो ते लोक, या सर्वांनी कोणतं टिकाऊ 'मॉडेल' तयार करता येईल का, याबाबतीत विचार केला पाहिजे. कोणत्याही यशस्वी उपक्रमासाठी स्वार्थीपणा हे दीर्घकालीन धोरण राहू शकत नाही.

आपल्याकडची राजघराणी हे याचं उत्तम उदाहरण आहे. ज्या राजांनी त्यांच्या प्रजेची काळजी वाहिली त्या राजवटी टिकून राहिल्या आणि जे राजे प्रजाहिताबद्दल बेफिकीर होते त्यांची राजसत्ता टिकली नाही, ही वस्तुस्थिती आहे. जेव्हा ही काळजी आणि आस्था शेजारच्या राज्यांच्या बाबतीतही दाखवली गेली तेव्हा पिढ्यान्पिढ्या समृद्ध राजवटी नांदल्या आहेत. तर स्वार्थी, लुटालूट करणाऱ्या राजांचा अकाली भीषण मृत्यू झाला आहे आणि त्यानंतर त्यांची राज्यं धुळीला मिळाली आहेत. इतिहासाच्या पानांवर असे धडे असूनही आपल्यापैकी बऱ्याच जणांना स्वार्थीपणा, इतरांची उपेक्षा करणं, त्यांच्याविषयी अनास्था दाखवणं हे त्यांच्या स्वतःच्याच यशस्वितेला मारक आहे, ही गोष्ट लक्षात न येणं विचित्र नाही का?

जेव्हा उद्योगसमूह आणि स्वतंत्र व्यक्तीसुद्धा विध्वंसकपणा अथवा पिळवणूक करण्याची वृत्ती न ठेवता सह-अस्तित्वाचा मंत्र स्वीकारतात तेव्हा सर्वत्र सुखसमृद्धी नांदते. ही एकूणच सकारात्मक मनोवृत्ती इतरांमध्येही झिरपते आणि प्रगतीची गाडी सुरळीतपणे धावू लागते. अर्थात तुम्ही जेव्हा संपूर्ण गटालाच तुमच्यासोबत पुढे जाऊ देता तेव्हाच हे घडतं. मात्र जेव्हा काहीजण संपत्तीचा मोठा हिस्सा घेतात आणि त्यांच्या आजूबाजूचे लोक गलिच्छ वातावरणात आणि दारिद्र्यात खितपत असतात तेव्हा बंडाच्या ठिणग्या धुमसू लागल्या तर त्यात आश्चर्य नाही. फ्रेंच राज्यक्रांती हे याचं जिवंत उदाहरण आहे.

विचार करून पाहा, सह-अस्तित्व हे खरोखर टिकाव धरून राहण्याचं आयुध आहे. यात स्वार्थ आहे, असंही म्हणता येईल. तुम्ही दुसऱ्या व्यक्तीच्या कल्याणासाठी तुमचा वेळ, पैसा आणि अवधान पुरवलंत तर त्यातून तुम्हाला निश्चितच घसघशीत लाभ मिळेल. समीकरण अगदी सरळ आहे. तुम्ही थोडंसं देता तेव्हा त्या बदल्यात तुम्हाला काहीतरी लाभ होतोच, अगदी काही नाही तरी तुम्हाला भागीदारी तरी लाभतेच आणि तुम्ही हे नातं चालू ठेवता तोवर ती टिकून राहते. त्यामुळे तुमची अथवा तुमच्या मालमत्तेची कुठल्याही प्रकारे हानी होत नाही, उलट तुमचं आणखी कल्याणच होतं.

परस्परांच्या हिताविषयीच्या आस्थेचा काही वर्षांमागे एक प्रमाणित नमुना

होता. त्याबद्दल दररोज भाषणांत बोललं जात असे. पत्रांच्या जमान्यात, 'आपण दोघेही तितकेच कुशलमंगल आहोत,' अशा अर्थाचं वाक्य पत्रात लिहिणं हा शिष्टाचार होता. एक वचन आहे, जेव्हा तुम्ही आनंदी असता तेव्हा तुमचा शेजारी आनंदी असतो, तो आनंदी असतो तेव्हा रस्ता आनंदी असतो, रस्ता आनंदी असतो तेव्हा गाव आनंदी असतं... आणि अशा प्रकारे जेव्हा जग आनंदी असतं तेव्हा आपण सगळे सुखी जागतिक कुटुंब असतो... *वसुधैव कुटुंबकम्!* सध्या संपूर्ण जग जागतिक तापमानवाढीच्या पेचप्रसंगाला तोंड देत आहे. त्याचं कारण या विषयात आलेलं अपयश हेच आहे. या ग्रहावरच्या साधनस्रोतांच्या अमर्याद आणि बेफिकीर वापरामुळे आज मुंबईकरांना फेब्रुवारी महिन्यात रूम हिटर्सची गरज भासू लागली आहे! संदर्भ कोणताही असो, व्यक्तीच्या यशाची आणि सुखाची गुरुकिल्ली म्हणजे आधी इतरांविषयी आस्था बाळगणं. कारण जर तुम्ही त्यांच्याबद्दल आस्था ठेवली नाहीत तर तेही तुमच्याबद्दल आस्था ठेवणार नाहीत.

आपल्याकडे भारतात, आपल्यापैकी बरेचजण सह-अस्तित्व संकल्पना यशस्वीपणे आचरणात आणतात. उदाहरणादाखल सांगायचं तर 'विप्रो'चे अध्यक्ष व व्यवस्थापकीय संचालक अजिम प्रेमजी यांनी १२५ दशलक्ष अमेरिकी डॉलर्स रकमेचे विप्रोचे समभाग 'अजिम प्रेमजी फाऊंडेशन'साठी राखून ठेवले आहेत. या फाऊंडेशनमार्फत ग्रामीण भागातल्या सरकारी प्राथमिक शाळांचा दर्जा सुधारण्यासाठी काम केलं जातं. याअंतर्गत शिक्षक-प्रशिक्षण, अभ्यासक्रमाचा दर्जा उंचावणं हे कार्यक्रम घेतले जातात. उपलब्ध अहवालांनुसार आजवर २०,००० शाळांतल्या २७ लाख मुलांना याचा लाभ झाला आहे.

आपल्याकडे असंच आणखी एक उदाहरण आहे. बायकॉनच्या किरण मुजुमदार शॉ यांनी गरजू लोकांना औषधं आणि आरोग्यसुविधा पुरवणाऱ्या प्रकल्पांना १ कोटी अमेरिकी डॉलर्सचं अर्थसाहाय्य केलं आहे.

रोहिणी निलेकणी यांनी ग्रामीण भागातल्या लोकांना स्वच्छ पाणी आणि आरोग्यरक्षणार्थ चांगल्या सुविधा उपलब्ध करून देण्यासाठी अडीच कोटी अमेरिकी डॉलर्सची मदत करण्याचा संकल्प केला आहे. त्यांनी एक फाऊंडेशन स्थापन केलं असून, त्या या फाऊंडेशनच्या अध्यक्षा आहेत. हे फाऊंडेशन प्राथमिक शिक्षणासंबंधी कार्य करतं.

मी वर नमूद केलेल्या या व्यक्ती, जनकल्याणाची बांधीलकी मानतात, ते

त्यांना पुढच्या जन्मी अधिक चांगला जन्म लाभावा म्हणून नव्हे. तुमच्या लक्षात येईल की, ते कृपाळू परमेश्वर शेवटी आपल्याला याचं फळ देईलच, या अपेक्षेने त्यांचा पैसा आंधळेपणाने उधळत नाहीत. उलट या सर्वांनी त्यांच्या आस्थेच्या विषयाकडे त्यांचा आणखी एखादा व्यावसायिक उपक्रम असावा या दृष्टीने पाहिलं आहे आणि आपले पैसे इतरांच्या उपयोगासाठी वापरले जातील, याची दक्षता घेतली आहे.

आपल्या देशातल्या विविध विश्वस्त संस्थांनी केलेल्या कामाबद्दल फारसा गाजावाजा नसतो. पण त्यांच्या ठोस, अतुलनीय आणि नि:शब्द कार्यातून आपण सर्वजण खरोखर खूप काही शिकू शकतो.

सरकारला पन्नास वर्षांत जे करणं जमलं नाही ते पुट्टपार्थीच्या भगवान सत्यसाईंनी अवघ्या १८ महिन्यांत आंध्र प्रदेशातल्या अनंतपूर जिल्ह्यात करून दाखवलं आहे. मी यासंदर्भात एका लेखातला काही अंश उद्धृत करतो.

"त्यांनी २००० किलोमीटर लांबीची पाण्याची पाईपलाईन टाकली आहे. सांडपाणी सोडण्यासाठी दीड लाख ते २५ लाख लीटर क्षमतेचे खड्डे तयार केले आहेत. ३ लाख ते १० लाख लीटर क्षमतेचे १८ तलाव बांधले आहेत, तसेच ४०००० ते ३ लाख लीटर क्षमतेचे ओव्हरहेड तलाव बांधले आहेत. २५०० लीटर क्षमतेच्या १५०० पेक्षा जास्त काँक्रीट प्री-कास्ट पाण्याच्या टाक्या बांधल्या आहेत. यातील प्रत्येक टाकीला चार नळ बसवण्यात आले आहेत, तिथून लोक पाणी नेऊ शकतात."

एवढेच नव्हे तर, नवव्या नियोजन आयोगालाही या विश्वस्त संस्थेला पावती द्यावी लागली–

"...तुम्ही ३००० दशलक्ष रुपयांचा भव्य पाणीपुरवठा प्रकल्प उभारला आहे, तोसुद्धा शासनाचा आर्थिक पाठिंबा नसताना व फक्त १८ महिन्यांत! फक्त स्वबळावर केलेले हे कार्य अद्वितीय आहे. याचा अनंतपूर जिल्ह्यातील पाण्याचे दुर्भिक्ष्य असलेल्या व क्षारयुक्त पाण्याची समस्या असलेल्या ७३१ खेडेगावांना लाभ झाला आहे."

अशा प्रकारच्या विश्वस्त संस्था जागतिक दर्जाची विशेष प्रकारची हॉस्पिटल्स चालवतात, तिथे लाखो शस्त्रक्रिया विनामूल्य केल्या जातात.

रामकृष्ण मिशन, चिन्मय मिशन, स्वामीनारायण ट्रस्ट्स... अशा अनेक संस्था समाजाच्या कल्याणासाठी लक्षणीय कार्य करतात. यातल्या काही संस्थांना मोठ्या

कंपन्या निधी पुरवतात. या कंपन्यांनी अशा संस्थांवर ही महत्त्वपूर्ण जबाबदारी सोपवलेली असते.

टाटा, इन्फोसिस, बजाज, बिर्ला फाऊंडेशन्स आणि रेड्डी लॅबोरेटरीज या सर्वांची त्यांच्या सभोवतीच्या विश्वातल्या विविध बाबींप्रती दीर्घकालीन बांधीलकी आहे. मग ती संस्था उभारणीच्या स्वरूपात असेल, बुद्धिमान तरुणांना शिष्यवृत्तीच्या रूपाने प्रोत्साहन असेल, पर्यावरण सुधारणा, महिला सबलीकरण अथवा संपत्ती निर्मिती किंवा प्रदेश विकास या संदर्भात असेल.

एके काळी 'वॉल स्ट्रीट' चित्रपटातल्या 'ग्रीड इज गुड'सारखा संवाद कॉर्पोरेट जगताचं तत्त्व होतं. पण आता ते दिवस मागे पडले आहेत. त्याजागी आता अधिक मानवतावादी तत्त्वज्ञान आलं आहे, ते म्हणजे, 'सह-अस्तित्व अत्यंत महत्त्वाचं असतं!'

आयुष्य फक्त एकदाच मिळते

मार्गक्रमण करत राहा आणि तुमचं स्वप्न जगा.

एक गोष्ट आहे. पांडव वनवासात असताना, त्यांना यज्ञासाठी लागणारी एक पत्री आणण्याचं काम सांगितलं होतं. एक हरीण ती पत्री घेऊन पळालं होतं. त्यामुळे पांडवांनी त्या हरणाचा पाठलाग केला. पण ते हरीण काही सापडलं नाही. पांडव दमून गेले होते. त्यांच्या घशाला कोरड पडली होती. मग नकुलला पाणी आणण्यास सांगितलं. तो पाण्याच्या शोधार्थ निघाला असता, त्याला तिथून जवळच स्फटिकासारख्या स्वच्छ पाण्याचं एक तळं दिसलं. त्यामुळे तो त्या तळ्याजवळ गेला. तो पाणी पिणार इतक्यात त्याच्या कानावर आवाज आला. तो आवाज सांगत होता, 'या प्रश्नांची उत्तरं दिल्याशिवाय पाणी पिऊ नकोस.' पण नकुलाने आपल्यालाच काहीतरी भास झाला असेल, असं समजून त्याकडे दुर्लक्ष केलं आणि तो पाणी प्यायला. मात्र त्याबरोबर तो बेशुद्ध होऊन पडला. काही वेळाने एकामागोमाग एक इतर तीन पांडव त्याला शोधत तिथे आले. त्यांनीही त्या आवाजाकडे दुर्लक्ष केलं. त्यानंतर युधिष्ठिर तिथे आला. त्याने मात्र त्या आवाजाकडे दुर्लक्ष न करता त्या यक्षाच्या प्रश्नांची उत्तरं दिली. हे सगळे प्रश्न उच्च तत्त्वज्ञानपर होते. हेच ते सुप्रसिद्ध यक्षप्रश्न! त्यांची उत्तरं म्हणजे आयुष्यातल्या सर्वांत अवघड प्रश्नांची उकल आहे.

या प्रश्नांपैकी एका प्रश्नाचं उत्तर मला फार आवडतं आणि त्यावरच हे प्रकरण आधारित आहे, तो प्रश्न म्हणजे, 'जगातील सर्वांत मोठं आश्चर्य कोणतं?'

उत्तर आहे, 'माणूस.'

मनुष्य आणि इतर सर्व सजीव प्राण्यांचा मृत्यू होताना माणूस दररोज पाहत असतो आणि आपणही एक दिवस जाणार आहोत, हेही त्याला चांगलं ठाऊक असतं, तरीही तो स्वतःला इथला कायमनिवासी समजतो.

यावर विचार केला असता, त्यातून व्यक्त होणारं सत्य तुमच्या ध्यानात येईल. आपण सर्वजण प्रत्येक गोष्ट गृहीतच धरून जगत असतो. आपल्या प्रत्येकाची स्वतंत्र 'एक्स्पायरी डेट' आहे, याची आपल्याला फारशी जाणीव नसते. पण आपल्याला जर आपला जन्म कधी झाला आणि आपल्याला नेमकं किती आयुष्य आहे, हे समजलं तर माझी खात्री आहे की, आपल्यापैकी सर्वच जण अगदी घाईने आपल्याला मिळालेल्या कालमर्यादेच्या चौकटीत शक्य तितक्या गोष्टी साध्य करण्यासाठी धडपड करतील. आपण आपल्या वेळेचा अधिक क्षमतेने वापर करण्याची योजना आखू आणि आपल्या शेवटच्या श्वासापूर्वी शक्य तितकी स्वप्नं आणि इच्छाआकांक्षा पूर्ण करण्याचा प्रयत्न करू. पण आपल्याला अशी माहिती मिळत नाही आणि आपण युधिष्ठिराच्या उत्तरातल्यासारखं, आपल्याला मिळालेल्या कालावधीकडे दुर्लक्ष करत जगत असतो.

त्यामुळे वेळ-व्यवस्थापन ही परिपूर्ण आणि यशस्वी आयुष्याप्रत जाण्याची गुरुकिल्ली आहे. एक वचन नेहमी ऐकायला मिळतं, "Failing to plan is planning to fail." हे वचन वापरून-वापरून गुळगुळीत झालं असलं तरी त्यातलं सत्य मात्र प्रखर आहे. आपण एखादी गोष्ट आखण्यात कमी पडल्यामुळे कितीदातरी आपलं नुकसान होत असतं... अगदी रेल्वेचं आरक्षण किंवा सणाच्या दिवशी सुट्टी घेणं अशासारखी अगदी छोटीशी गोष्ट विचारात घेऊन पाहा.

परिणामकारक वेळ-व्यवस्थापनासाठी आवश्यक असलेली सर्वांत सोपी गोष्ट म्हणजे वेळापत्रक आखणे. एकदा का तुम्ही तुमचा दिवस आखायला सुरुवात केली की, तुमचं जीवन जादूची कांडी फिरल्याप्रमाणे व्यवस्थित रुळावर येऊ लागेल. अर्थात यातला सर्वांत अवघड भाग म्हणजे हे वेळापत्रक पाळणं! ब्रिटनचे पंतप्रधान सर विन्स्टन चर्चिल देश अतिशय खडतर परिस्थितीतून जात असताना, त्यांच्या आठवडाभराच्या वेळापत्रकात असंख्य गोष्टी बसवण्याच्या क्षमतेबद्दल विख्यात होते. दोस्तराष्ट्रांच्या सैन्यदलाच्या तुकड्या आणि नेतेमंडळींची भेट घेण्यासाठी, करारांवर स्वाक्षऱ्या करण्यासाठी, युद्धाचे डावपेच आखण्यासाठी, संस्मरणीय अशी असंख्य जाहीर व्याख्यानं देण्यासाठी ते मैलोन्मैल प्रवास करत

असत, तेसुद्धा हृदयविकाराचे दोन झटके येऊन गेलेले असताना! त्यांचा काटेकोर दिनक्रम हे त्यांच्या वेळ-व्यवस्थापनाचं गुपित होतं. ते जगाच्या पाठीवर कुठेही असले आणि त्यांच्या अवतीभोवती काहीही घडत असलं (...दुसऱ्या महायुद्धाच्या दरम्यान तर कितीतरी गोष्टी घडत होत्या!) तरी ते त्यांच्या वेळापत्रकानुसारच वागत असत.

आपल्या वेळाबाबत काळजी घेण्याचा आणखी एक मार्ग म्हणजे तुम्ही तुमच्या पैशाकडे ज्या दृष्टीने बघता, तसंच वेळेकडे बघा. बरेच लोक हे करत नाहीत, ही मोठी आश्चर्याची गोष्ट आहे. कारण पैसे जास्त खर्च झाले किंवा गमावले तर ते पुन्हा मिळवता येतात. पण एकदा गेलेला वेळ पुन्हा भरून मिळत नाही. त्यामुळे आपल्याजवळ असलेल्या वेळातल्या प्रत्येक मिनिटाचं आपण काय करतो, याबाबत आपण अधिक दक्ष असणं आवश्यक आहे. त्यासाठी चक्क स्वतःचं 'टाईम बजेट' आखा. किती तास कशात आणि का गेले, याचा हिशेब ठेवा. बहुतेकसे उद्योगप्रमुख जाणता-अजाणता हे करत असतात. दिवसाच्या सुरुवातीलाच तुमच्यासमोर ढीगभर काम असतात. तेव्हा तुमचा वेळ काटकसरीने वापरणं योग्य ठरतं. यावरून मी पुढच्या मुद्द्याकडे वळतो, ८०/२० नियम.

८०/२० नियम सांगतो की, बहुतांश लोक त्यांचा ८०% वेळ अशा गोष्टींवर घालवतात, ज्यातून त्यांना फक्त २०% परतावा मिळतो. आपण 'वेळ-श्रीमंत' होण्यासाठी हे समीकरण उलटायला हवं. आपल्याला सर्वाधिक फायदा कशातून मिळतो? मग तो माणसांकडून असेल वा इतर बाबींकडून! तो पैशाच्या रूपातच असायला हवा, असं नाही. तो ज्ञानसंपादनाच्या स्वरूपात असेल, काळजी घेणं, प्रेम करणं, आपलं सर्वस्व बहाल करणं असेल अथवा पैसा कमावणंही असेल. आपण या अत्यंत महत्त्वाच्या २०% सह आपला ८०% वेळ खर्च करायला सुरुवात करणं आवश्यक असतं. हे २०% आपलं जीवन अधिक समृद्ध करतात, असं आपल्याला वाटतं. आपण हे नियमितपणे करू लागलो की, आपण आयुष्याकडे मागे वळून पाहू तेव्हा आपण आपला वेळ या पृथ्वीतलावर शहाण्यासारखा आणि उत्तमरीत्या व्यतीत केला, याचं समाधान मनात असेल.

आईवडील, विशेषतः कामावर जाणारे बाबा मुलांसाठी जाणीवपूर्वक वेळ काढतात... बागेत मुलांसोबत चेंडू घेऊन खेळणं किंवा छोट्यांचं म्हणणं ऐकून घेणं अशा साध्या-साध्या गोष्टींसाठी! विक्री आणि मार्केटिंग विभागातले लोक त्यांच्या ग्राहकांच्या २०% च्या बाबतीत हेच करतात. हे ग्राहकच त्यांच्या विक्री महसुलात योगदान देत असतात. तुम्ही एखाद्या स्थानिक दुकानात पाहा. तुम्ही जर भरपूर

भाज्या आणि फळं खरेदी करणार असाल तर तुमचं स्वागत करण्याची त्याची आतुर उत्सुकता, तुमच्यासाठी निवडक फळं राखून ठेवण्याची त्याची दूरदृष्टी, इतर ग्राहक खोळंबलेले असतानासुद्धा तुम्हाला हवी ती गोष्ट देण्यासाठीची त्याची तत्परता, या सर्व बाबी, तुम्ही त्याच्या अत्यंत महत्त्वाच्या अशा २०% मध्ये सामील आहात, याच्या निदर्शक असतात आणि बहुतेक भाजीवाले अतिशय हुशार व्यापारी असतातच!

धीरुभाईंसोबत काम करत असताना मी पाहिलेला उत्तम वेळ-व्यवस्थापनाचा आणखी महत्त्वपूर्ण पैलू म्हणजे अधिकार सुपूर्द करणं. अर्थात त्यासाठी कामावर योग्य माणसांची नेमणूक करणं आवश्यक असतं. बहुतांश महान नेत्यांमध्ये हे समान गुणवैशिष्ट्य आढळतं. महात्मा गांधी अतिशय उत्तम व्यवस्थापकही होते. एखाद्या कामासाठी सुयोग्य व्यक्ती निवडण्यात त्यांचा हातखंडा होता आणि मग ते त्या व्यक्तीवर त्या कामाची पूर्ण जबाबदारी सोपवत असत.

मी धीरुभाईंची ही गोष्ट नेहमी सांगत असतो. मी 'मुद्रा' सुरू केली त्यावेळी त्यांनी मला फक्त एवढंच सांगितलं होतं की, विमल साड्यांची सर्वोत्कृष्ट जाहिरात करा. फक्त एवढंच! त्यानंतर त्यांच्याकडून कुठल्या सूचना आल्या नाहीत की, हस्तक्षेप झाला नाही. आम्ही इतकी वर्ष एकत्र काम केलं, पण या काळात त्यांनी कधीही पोलीसगिरी केली नाही. यालाच मी खऱ्या अर्थाने अधिकार सुपूर्द करणं म्हणतो. अधिकार सुपूर्द करणं म्हणजे काम आणून आदळणं नव्हे, तर आपला भागीदार म्हणून असा माणूस निवडणं जो कामाचा काही भाग– जे काम तुम्हाला वेळ असता तर तुम्हीच केलं असतं- ते करू शकेल. याचाच अर्थ एखाद्या कामासाठी एखादा माणूस निवडणं, असाही होतो. तुम्ही एकच काम दोन अथवा तीन व्यक्तींना करायला सांगितलंत तर ते काम सर्वोत्तम कोण करतो, यासाठी चढाओढ सुरू होईल– या सुप्रसिद्ध मताच्या बरोबर उलट घडेल... त्या ठिकाणी लगेच जबाबदारी झटकण्याचा अनुभव येईल. त्यामुळे मौल्यवान वेळ, साधनस्रोत यांचा अपव्यय होईल आणि त्या कामाविषयी स्वामित्वभाव आढळणार नाही.

कामाची जबाबदारी सोपवण्याचा आणखी एक लाभदायक पैलू म्हणजे त्यामध्ये लोकांना आव्हान दिलं जातं. आव्हानांना प्रतिसाद देणं हा मनुष्यस्वभाव आहे. त्यासाठी तुमच्या बाजूने आवश्यक गोष्ट म्हणजे सुस्पष्ट संवाद साधणं आणि तुम्हाला अपेक्षित फलनिष्पत्तीची त्यांना स्वच्छ कल्पना देणं. ती कशी घडवायची ते तुम्ही त्यांना सांगू नये. मी 'मुद्रा'चा प्रारंभ केला त्यावेळी धीरुभाईंनी मला एका वाक्यात जी सूचना दिली होती, तिच्याशी हे सूत्र मिळतंजुळतं आहे.

धीरुभाईंसोबत काम करणारा, आमच्यापैकी कुणी त्यांनी समोर ठेवलेल्या

आव्हानामुळे बावरून गेला तर त्यांची दोन आवडती वाक्यं ठरलेली होती.

त्यातलं एक वाक्य अगदी निग्रही असे की, 'नाही' हे उत्तर नाही किंवा आम्हाला एखादं काम जमण्याजोगं नाही, असं वाटत असेल तर त्यावर त्यांचं उत्तर असे, 'हे अवघड आहे, पण अशक्य नाही!'

धीरुभाईंच्या टीममध्ये कुणी 'सुपरहीरो' नव्हतं, तरीसुद्धा त्यांना इतकं कर्तृत्व सिद्ध करून दाखवण्यास कसा वेळ मिळाला, याचं कुणा बाहेरच्या व्यक्तीला आश्चर्य वाटत असेल तर त्याचं उत्तर आहे– त्यांनी हे सगळं घडवलं ते या पद्धतीने! त्यांच्या अत्यंत सामान्य माणसांच्या टीमसमोर त्यांनी क्षितिजं खुली केली, त्यांना काम करण्यास आवश्यक ते स्वातंत्र्य दिलं आणि त्यांना आपल्या माणसांबद्दल जो विश्वास होता, त्या विश्वासामुळे या सामान्य माणसांनी असामान्य कर्तबगारी घडवून दाखवली.

टीम आणि व्यवस्थापक घडवणारी आणखी एक अपूर्व व्यक्ती म्हणजे जेआरडी टाटा. त्यांनाही बुद्धिमत्ता हेरण्याचं वरदान लाभलं होतं. त्यांना एखाद्या माणसाबद्दल विश्वास निर्माण झाला की, ते त्याला काम करण्याचं आवश्यक ते सर्व स्वातंत्र्य देत असत. त्यांनी म्हटलं आहे, 'मला तंत्रविषयक ज्ञान अवगत नसल्यामुळे, व्यवस्थापनातलं माझं मुख्य योगदान म्हणजे इतरांना प्रोत्साहित करणं. ''

वेळ-व्यवस्थापनाचा आणखी एक महत्त्वपूर्ण घटक म्हणजे कामासाठी सुयोग्य साधनं (tools) मिळवणं. एक जुनं वचन आहे, 'एखाद्याने वेळेवर यावं असं तुम्हाला वाटत असेल तर त्याला घड्याळ घेऊन द्या.'

माणसाला त्याचं काम अधिक उत्तमरीत्या आणि अधिक जलद गतीने करण्यास साहाय्य करणारी कोणतीही गोष्ट म्हणजे साधन (tool) होय. याचा आरंभ होतो नेतृत्व देण्यापासून... कल्पकतेला प्रोत्साहन देणं, साहित्यसामग्री पुरवणं– म्हणजे टीमला अत्याधुनिक तंत्रज्ञानाने अद्ययावत बनवणं आणि त्यांना नित्याच्या कामातून आराम देण्यासाठी सुखसोयी पुरवणं, या गोष्टींचा यात समावेश होतो. आम्ही 'मुद्रा' सुरू केली तेव्हा आमचं तत्त्वज्ञान हेच होतं. अगदी पहिल्या दिवसापासून आम्ही आमची टीम कामासाठी आवश्यक त्या साधनसामग्रीने सुसज्ज राखण्यासाठी धडपडत होतो. विमल आणि रसनाच्या जाहिरातींच्या काळात आमच्याकडे विक्रमी संख्येने जाहिराती होत्या. हे सगळं अहमदाबादसारख्या दूरच्या ठिकाणी शक्य झालं, त्याचं एकमात्र कारण म्हणजे आमच्याकडे सुयोग्य साधनं होती आणि जेव्हा संगणकांनी सगळ्या कामाचा ताबा घेतला त्यावेळी 'मुद्रा'चं कार्यालय 'ऑपल

इंडिया'चं सर्वात मोठं ग्राहक बनलं होतं. मुंबईहून आलेले व्यावसायिक लोक आमच्या टीमचं तंत्रज्ञानविषयक ज्ञान पाहून थक्क होत असत. अशा साधनस्रोतांनी सुसज्ज असणं का महत्त्वाचं होतं, याला आणखी एक कारण होतं. त्या शहराची पायाभूत संरचना जलदगती उपक्रमांची मागणी पूर्ण करण्यास पुरेशी नव्हती. त्यामुळे आमच्या कामासाठी बाहेरच्या मदतीवर जास्त अवलंबून न राहता शक्य तितकं काम आमच्या कंपनीतच करण्याचा आमचा प्रयत्न असे. आज अर्थातच चित्र खूप बदललं आहे आणि हे शहरसुद्धा अगदी स्वयंपूर्ण बनलं आहे.

उत्तम वेळ-व्यवस्थापनासाठी अतिशय महत्त्वाची असणारी अखेरची बाब म्हणजे विचार-व्यवस्थापन कला. तुमचं लक्ष तुमच्या कामावर केंद्रित नसेल तर अगदी साधंसं काम करायला तुम्हाला गरजेपेक्षा दसपट जास्त वेळ लागेल. आपण सर्वांनी कधी ना कधी याचा अनुभव घेतला आहे, होय ना? एक वचन आहे, 'Work expands to fill the time given.' यामागे कारण आहे. दहा दिवसांत पूर्ण करण्याच्या कामासाठी आपल्याजवळ वीस दिवस आहेत, हे आपल्याला माहीत असतं तेव्हा आपण विचारांचा वारू चौखूर उधळू देतो आणि त्यातला बराचसा वेळ वाया घालवतो किंवा दुसऱ्याच कुठल्यातरी फालतू गोष्टीत रममाण होतो... रस्त्यावर एखाद्या नवरा-बायकोचं भांडण पाहत थांबतो किंवा कुठल्याशा प्रसिद्ध विनोदीपटाचा 'हंड्रेड्थ रिटर्न' पाहतो. आपल्या इच्छेनुसार आपले विचार कामाशी जुंपण्याचा एकच मार्ग म्हणजे काम पूर्ण करण्यासाठी स्वतःला पुरेसा वेळ देणं. अंतिम मुदत (deadline) जितकी कमी असेल तितकी तुमच्या मनाला अधिक शिस्त लागते. मी माझ्या टीमसाठी 'डेडलाईन' देतो तेव्हा मी याचा प्रत्यक्ष अनुभव घेतला आहे. एखादं काम पूर्ण करण्यासाठी त्यांना दिलेली मुदत ऐकली की, बरीच कुरकुर होते, तक्रारी होतात. पण त्यांच्यापुढे हे तथाकथित 'अशक्यप्राय टाईम शेड्युल' येतं तेव्हा त्यांच्या हातून अधिक चमकदार कामगिरी घडते, हे नाकारताच येणार नाही. म्हणजेच थोडक्यात, तुमच्या मनावर ताबा मिळवा, मग यश तुमचंच आहे. बिल गेट्सनी म्हटलं आहे, 'दीर्घकालीन ध्येयांवर लक्ष केंद्रित करणं आणि लक्ष विचलित करणाऱ्या अल्पकालीन बाबींकडे दुर्लक्ष करणं, ही माझी वृत्ती माझ्या व्यावसायिक यशाचा मुख्य घटक आहे.'

सारांश असा की, आपण जर काही अगदी साधे नियम पाळले तर आपण या जीवनात मिळालेल्या वेळेचा सर्वोत्तम सदुपयोग करू शकू. आपण पैशाच्या बाबतीत जी वृत्ती ठेवतो, तीच वेळेच्या बाबतीत ठेवायला सुरुवात करायची आणि प्रत्येक तासाचं 'बजेट' आखायचं. हे करण्याचा चांगला मार्ग म्हणजे 'टू-डू लिस्ट'

तयार करायची आणि तिचं निष्ठेने पालन करायचं. आपल्या आयुष्यातले २०% शोधून काढणे (जे उर्वरित ८०% खर्च करण्यायोग्य असतील असा) हाही याचा एक चांगला मार्ग आहे. म्हणजे आपण त्यापासून ढळणार नाही आणि नंतर पश्चात्ताप करण्याची वेळ येणार नाही. योग्य कामासाठी योग्य साधनसामग्रीने सुसज्ज असण्याचा आपल्यालाला लाभ होईलच. त्यामुळे आपलं कमी श्रमात अधिक काम होईल आणि आपण जेव्हा मनावर ताबा ठेवायला शिकू, तेव्हाच या सगळ्यात यशस्वी होऊ शकू. या दृष्टीने प्रयत्न करून पाहायला हरकत नाही, असं नाही वाटत? आपल्याला सगळ्या गोष्टी मिळवायच्या असतात, गमवायचं काहीच नसतं.

असं म्हणतात की, आपल्या सर्वांना पुनर्जन्म लाभेल. पण त्यावेळी कदाचित हातात पुन्हा हीच पानं असणार नाहीत. आपल्यापैकी काहीजण आयुष्य भरभरून जगतात, प्रत्येक क्षणाचा पुरेपूर आनंद घेतात. अशी माणसं खरोखर ज्ञानी म्हटली पाहिजेत. ते मागे वळून पाहतात तेव्हा त्यात पश्चात्तापाचा लवलेशही नसतो, असते ती फक्त समाधानाची भावना! कशाही परिस्थितीत जन्माला आल्या तरी या व्यक्ती कठोर परिश्रम घेऊन आयुष्यात शक्य तितकं मिळवतात. यातल्या बऱ्याच व्यक्ती नाव-प्रतिष्ठा घेऊन जन्माला आलेल्या नसतात. केवळ वेळ-व्यवस्थापन शिकून त्या स्वतःचं सन्मान्य स्थान निर्माण करतात.

त्यामुळे जेव्हा जीवनाच्या रंगमंचावर अचानक पडदा पडतो किंवा आपली भूमिका संपते त्या वेळी, आपल्या भूमिकेतलं काहीही साकारणं बाकी उरलेलं नाही आणि आपण आपल्या सर्व ताकदीनिशी ही भूमिका वठवली आहे, ही जाणीव सुखद नाही का? पुढच्या वेळी आपल्याला कोणत्या भूमिकेसाठी बोलावणं येईल कोण जाणे आणि ते येईल त्या वेळी, असं म्हटलं जाऊ नये की, आपण या जीवनातल्या संधी गृहीत धरल्या होत्या.

समारोप

या पुस्तकाची बीजं रोवली गेली आंध्र प्रदेशातल्या गुंटूर इथे. तो दिवस होता २० सप्टेंबर २००८. मी गुंटूरच्या 'आर.व्ही.आर. ॲन्ड जे.सी. कॉलेज ऑफ इंजिनिअरिंग'मध्ये 'पीटर एफ. ड्रकर स्मृती व्याख्यानमालेत' विद्यार्थी आणि प्राध्यापकांसमोर बोलत होतो. माझ्या व्याख्यानाचा विषय होता *'Success is a process and not an event.'* माझ्या व्याख्यानात मी मला व्यक्तिश: परिचित असणाऱ्या यशस्वी व्यक्तींनी अनुसरलेल्या दहा सूत्रांविषयी बोललो... यातल्या काहीजणांनी ही सगळीच्या सगळी सूत्रं अनुसरली नसली तरी चार-पाच सूत्रं तरी अनुसरलीच होती. माझ्या व्याख्यानाला श्रोत्यांनी उभं राहून टाळ्यांच्या कडकडाटात दाद दिली आणि तिथूनच या पुस्तकाला सुरुवात झाली. त्याचप्रमाणे, मी ही सूत्रं अनेक व्यासपीठांवर मांडली... मला यात खूप आनंद मिळाला आणि माझ्या श्रोत्यांनाही तो आवडलं असावं.

हे पुस्तक वाचण्यास दोन तासांपेक्षा जास्त वेळ लागणार नाही, पण यातल्या कथा, उदाहरणं बराच काळ आपल्यासोबत राहतील आणि आपल्याला अधिक चांगल्या जीवनाकडे जाण्यासाठी प्रवृत्त करतील. वाचताना ही सूत्रं अगदी सोपी वाटतात. पण ती दैनंदिन आयुष्यात प्रत्यक्ष आचरणात आणण्यास चांगलीच अवघड असतात. पैसा हे कामगिरीचं फक्त जोड-उत्पादन असतं, ही गोष्ट आपण

सर्वजण जाणतो, तरीही आपण फक्त त्याचाच पाठपुरावा करत राहतो. खरंतर संपत्ती मिळवण्यासाठी मूलभूत आवश्यक गोष्ट म्हणजे कामगिरी असते. आपल्याला हा जन्म एकदाच मिळाला आहे, हेही आपण सर्वजण जाणतो. पण परिस्थिती खडतर बनते तेव्हा आपण हे विसरतो. युधिष्ठिराने जो मुद्दा सांगितला तसं न जगता आपण स्वतःला अमर्त्य समजू लागतो.

यशस्वितेप्रत जाण्यासाठी फक्त हे पुस्तक वाचून चालणार नाही, तर यातली सूत्रं प्रत्यक्षात आणण्याची गरज आहे. आपला ठसा उमटवण्यासाठी आतुर असलेले या देशातले तरुण यातली काही सूत्रं तरी आत्मसात करतील आणि त्यांचं जीवन सुंदर, मधुर करतील, याची मला खात्री आहे.